பதிப்பும் படைப்பும்

பிற காலச்சுவடு வெளியீடுகள்

கட்டுரை
- வன்முறை வாழ்க்கை (2003)
- பதிவுகள் அழியும் காலம் (2005)
- பிறக்கும் ஒரு புது அழகு (2007)
- அகவிழி திறந்து (2011)
- அதிகாரத்தின் வாசனை (2011)

கேள்வி – பதில்
- கேள்விக்கு என்ன பதில்? (2013)

பதிப்பும் படைப்பும்

கண்ணன் (பி. 1965)

நாகர்கோவிலிலும் பெங்களூரிலும் கல்வி கற்றார். 1994இல் *காலச்சுவடு* இதழை மீண்டும் தொடங்கி அதன் ஆசிரியர் - பதிப்பாளராகப் பணியாற்றிவருகிறார். 1995இல் காலச்சுவடு பதிப்பகத்தைத் தொடங்கினார்.

'தமிழ் இனி 2000' மாநாட்டின் ஒருங்கிணைப்பாளர். 2002இல் அமெரிக்க உள்துறையின் அழைப்பின் பெயரில் அங்கு நடைபெற்ற *International Visitor Program*இல் பத்திரிகையாளராகக் கலந்துகொண்டார்.

பிராங்க்ஃபர்ட் புத்தகச் சந்தை நிறுவனம் நடத்தும் இளம் பதிப்பாளர்களுக்கான *Frankfurt Book Fair Fellowship Programme (2007)* இலும் கலந்துகொண்டுள்ளார். 2017ஆம் ஆண்டு ஆஸ்திரேலியா சிட்னிக்கு *Visiting International Publisher* திட்டத்தில் அழைக்கப்பட்டார். 2009, 2011, 2020 ஆண்டுகளில் பல்வேறு நிகழ்வுகளுக்காக ஒரு பதிப்பாளராக கண்ணன் இஸ்தான்புல்லிற்கு அழைக்கப்பட்டார். 2012, 2019, 2022 ஆண்டுகளில் பாரிஸ் புத்தகச் சந்தைக்கு அழைக்கப்பட்ட கண்ணனுக்கு பிரெஞ்சு அரசு 2022ஆம் ஆண்டு செவாலியே விருதை அறிவித்தது. பல்வேறு இலக்கியம் பரப்பும் அமைப்புகளின் அழைப்பின் பேரில் பதிப்பாளராக இஸ்தான்புல், பாரிஸ் புத்தகச் சந்தை, நோர்வே ஆகிய நாடுகளுக்குப் பலமுறை சென்று இலக்கியப் படைப்புகளை மொழிபெயர்க்கும் பணியை முன்னெடுத்துள்ளார். காலச்சுவடு பப்ளிகேஷன்ஸ் பிரைவேட் லிமிடெடின் நிர்வாக இயக்குநராகவும் பதிப்பாளராகவும் பணியாற்றிவருகிறார்.

மனைவி: மைதிலி. மகன்கள்: சாரங்கன், முகுந்தன்.

தொடர்புக்கு: *kannan31@gmail.com*

கண்ணன்

பதிப்பும் படைப்பும்

காலச்சுவடு பதிப்பகம்

அன்பார்ந்த வாசகருக்கு,

வணக்கம்.

காலச்சுவடு நூலை வாங்கியமைக்கு நன்றி.

நூலின் உள்ளடக்கம், உருவாக்கம், அட்டைப்படம் இன்ன பிற அம்சங்கள் பற்றிய உங்கள் கருத்துகளையும் ஆலோசனைகளையும் காலச்சுவடு வரவேற்கிறது. தகவல், எழுத்து, வாக்கியப் பிழைகள் தென்பட்டால் கட்டாயம் தெரிவித்து உதவுங்கள். நூல் தயாரிப்பில் கடும் குறைபாடு இருப்பின் மாற்றுப் பிரதி உங்களுக்குக் கிடைக்கக் காலச்சுவடு ஏற்பாடு செய்யும்.

மின்னஞ்சல்: **publisher@kalachuvadu.com**

காலச்சுவடு நாகர்கோவில் தலைமையகத்துக்கும் கடிதம் அனுப்பலாம்.

தங்கள்
எஸ்.ஆர். சுந்தரம் (கண்ணன்)
பதிப்பாளர் — நிர்வாக இயக்குநர்

பதிப்பும் படைப்பும் ❖ கட்டுரைகள் ❖ ஆசிரியர்: கண்ணன ❖ © எஸ்.ஆர். சுந்தரம் ❖ முதல் பதிப்பு : டிசம்பர் 2022 ❖ வெளியீடு : காலச்சுவடு பப்ளிகேஷன்ஸ் (பி) லிட்., 669 கே.பி. சாலை, நாகர்கோவில் 629 001.

காலச்சுவடு பதிப்பக வெளியீடு: 1176

pathippum padaipum ❖ Articles ❖ Author: Kannan ❖ © S.R. Sundaram ❖ Language: Tamil ❖ First Edition: December 2022 ❖ Size: Demy 1 x 8 ❖ Paper: 18.6 kg maplitho ❖ Pages: 160

Published by Kalachuvadu, 669 K.P. Road, Nagercoil 629 001, India ❖ Phone: 91 - 4652 - 278525 ❖ e-mail: publications@kalachuvadu.com ❖ Printed at Clicto Print, Jaleel Towers, 42 KB Dasan Road, Teynampet Chennai 600018

ISBN: 978-93-5523-310-3

சலபதி, அனிதா, கன்னல்
ஆகியோருக்கு

பொருளடக்கம்

முன்னுரை: தமிழகத்துக்கு அப்பால்	11
கோவையில் ஒரு புத்தக எழுச்சி	15
தமிழின் செறிவுகளோடு ஒரு யாத்திரை	19
கொல்கத்தா புத்தகச் சந்தை	28
பாரீஸ் அனுபவம்	32
தமிழ் நூல்களின் பயணம்	38
தமிழகத்திலும் சாத்தியமா?	48
பத்மநாப ஐயரின் கொண்டை	51
காப்புரிமை: எழுத்தாளரின் அடிப்படை உரிமை	56
நூல் எரிக்கும் சுதந்திரம்!	59
தமிழ்ப் பதிப்புலகமும் உலகச் சூழலும்	62
பிராங்பர்ட் புத்தகச் சந்தை: பதிப்புலகின் ஐ.நா. சபை	69
சூதும் தீதும் பிறர் தர வாரா அருந்ததி ராய் தமிழுக்கு வாராத காதை	73
புத்தகக் கண்காட்சிகள்: தமிழும் அயலும்	89
வளர்ச்சி	94
உலக மொழிகளில் தமிழ்ப் படைப்புகள்	96
வாசிப்பில் தோய்ந்த கனவுகள்	105
நேர்கொண்ட எதிர்வினை	109
மாற்றுப் பதிப்பகம்	112
இரண்டாம் வருகை	118

தமிழ்ப் பதிப்புத் துறையின் எதிர்காலம்	126
காப்புரிமையின் புதிய தமிழ்ப் பரிமாணங்கள்	130
இருளில் சுடரொளி	138
பதிப்பு: புதிய அனுபவங்களும் புதிய வாய்ப்புகளும்	144
நேர்காணல்: தமிழக அரசின் விருதைப் பற்றி நாம் பேசுவதே இல்லை!	153

முன்னுரை

தமிழகத்துக்கு அப்பால்

காலச்சுவடின் உலகளாவிய பயணம் என்பது காலச்சுவடும் சரிநிகரும் இணைந்து நடத்திய 'தமிழ் இனி 2000' நிகழ்விலிருந்து தொடங்கியது. உலகத் தமிழ் என்ற அடையாளத்தை முன்னிறுத்திய அந்நிகழ்விலிருந்து இப்பயணம் தொடங்கியது மிகவும் பொருத்தமானது.

காலச்சுவடு தமிழில் நூல் வெளியிடும் பதிப்பகம். தமிழ்ப் பதிப்பகமாகத் தமிழுக்கு அப்பாலும் சுவடு பதிக்கத் தொடக்கம் முதலே யத்தனித்த பதிப்பகம். காலச்சுவடு சென்னைப் புத்தகச் சந்தையில் முதலில் கலந்துகொண்டது 2002 ஜனவரியில். புது தில்லி உலகப் புத்தகச் சந்தையில் கலந்துகொண்டது 2002 பிப்ரவரியில். இந்தத் தொடக்கமே அதன் பயணத்தின் வீச்சை முன்னுணர்த்திவிட்டதாக இப்போது தோன்றுகிறது.

முதல் பிறமொழி நூலை – ஒரு மலையாள நாவலை – வெளியிட்டது 2000ஆம் ஆண்டில் (சு.ரா., தகழியின் மனைவிக்குக் கடிதம் எழுதி 'தோட்டியின் மக'னை வெளியிட உரிமை பெற்றார்). முதல் அயல் மொழிப் படைப்பை வெளியிட்டது, 2003இல். ஃபெர்னன்டோ ஸோரன்டினோவின் 'ஆட்டுக்குட்டிகள் அளிக்கும் தண்டனை'. நூலாசிரியரை மின்னஞ்சல் வழி தொடர்புகொண்டு உரிமை பெற்றோம். ஒரு

தமிழ்ப் பதிப்பகம் இணையம்வழி பெற்ற முதல் மொழிபெயர்ப்பு உரிமையாக இது இருக்கக்கூடும். பிற மொழிக்கு மொழிபெயர்க்க உரிமை கொடுத்த முதல் நூல் சல்மாவின் ‘இரண்டாம் ஜாமங்களின் கதை’. ஒரு தமிழ்ப் பதிப்பாளர் எழுத்தாளரின் சார்பில் பேச்சுவார்த்தை நடத்தி ஒப்பந்தம் செய்து ஒரு தமிழ்ப் படைப்பின் பிறமொழி உரிமையை விற்பனை *(Rights Trade)* செய்த முதல் நிகழ்வாக இது இருக்கக்கூடும். காலச்சுவடிடமிருந்து உரிமைபெற்று ஆங்கிலத்தில் வெளியிட்டது ஸுபான் பதிப்பகம். இந்தியாவின் முதல் பெண்ணியப் பதிப்பகமான ‘காளி ஃபார் வுமன்’னிலிருந்து கிளைபிரிந்து தோன்றிய பதிப்பகம். இது தொடர்பில் ஸுபானின் பதிப்பாளர் ஊர்வசி புட்டாலியாவுடன் முதல் உரையாடல் *2005*இன் தொடக்கத்தில் நடந்தது.

*2004*இல் பிராங்பர்ட் புத்தகச் சந்தை நிறுவனத்தினர் புதுதில்லி உலகப் புத்தகச் சந்தையில் ஒரு அரங்கு அமைத்தார்கள். காலச்சுவடும் அரங்கமைத்த இந்தச் சந்தையில் நானும் கலந்துகொண்டேன். அவர்களைச் சந்தித்தேன். பிராங்பர்ட் செல்லும் கனவு உருப்பெற்றது. அதற்காகக் கணிசமான முன் தயாரிப்பை மேற்கொள்ள வேண்டும் என்பதும் புரிந்தது. முதன் முதலில் ஒரு பதிப்பகத்தின் ரைட்ஸ் காட்டலாகை *2006*இல் நான் தில்லி புத்தகச் சந்தையில் பார்த்தபோது அது மனித உரிமை தொடர்பான வெளியீடு என்று நினைக்கும் அளவுக்குத்தான் என் பரிச்சயம் இருந்தது. புத்தகங்களுக்கும் ‘உரிமை’ உண்டு என்பது நான் அப்போது அறியாத செய்தி. அடுத்த ஆண்டே காலச்சுவடின் ரைட்ஸ் காட்டலாகுடன் பிராங்க்பர்ட் செல்வேன் என்பது அப்போது எண்ணிப்பார்க்காத விஷயம்.

2006 புது தில்லி உலகப் புத்தகச்சந்தையில் பிராங்பர்ட் புத்தகச் சந்தை நிறுவனம் நடத்தும் *Frankfurt Book Fair Fellowship Program* எனும் திட்டம்பற்றி அறிந்து அதில் கலந்துகொள்ள விண்ணப்பித்தேன். அது இந்தியா அங்கு சிறப்பு விருந்தினராகக் கலந்துகொள்ளவிருந்த ஆண்டு. இந்தியாவிலிருந்து பல பதிப்பகங்கள் கலந்துகொள்வதால் அடுத்த ஆண்டு விண்ணப்பிக்கும்படி கேட்டுக்கொண்டார்கள். *2007*இல் விண்ணப்பித்தேன். அக்காலத்தில் விண்ணப்பத்துடன் சில பெரும்புள்ளிகளின் பரிந்துரையையும் இணைக்க வேண்டும். இது ஜெர்மனி சம்மந்தப்பட்டது என்பதால் ஒருகாலத்தில் மேக்ஸ்முல்லர் பவனில் பணியாற்றிய ப்ரசன்னா ராமஸ்வாமியைக் கலந்தாலோசித்தேன். அவர் அசோகமித்திரனையும் முதல்வர் கருணாநிதியையும் பரிந்துரைத்தார். இருவருக்கும் கடிதம் அனுப்பினேன். அதில் ஒன்று கைகூடியது. (விண்ணப்பித்த இரண்டு ஆண்டுகளிலும் பரிந்துரைத்தவர்கள் மு. அனந்த கிருஷ்ணன்,

அசோகமித்திரன், செல்வா கனகநாயகம், ராமச்சந்திர குஹா, மினி கிருஷ்ணன், யு.ஆர். அனந்தமூர்த்தி, ஊர்வசி புட்டாலியா.) 2007ஆம் ஆண்டுத் திட்டத்திற்குத் தேர்ந்தெடுக்கப்பட்டேன்.

காலச்சுவடின் உலகளாவிய பயணத்தில் முக்கியத் திருப்புமுனை இது. பிராங்பர்ட் புத்தகச் சந்தையிலிருந்து பெரும் களிப்புடன் திரும்பினேன். பன்னாட்டுப் பதிப்பகங்கள் பலவற்றுடன் ஒப்பந்தம் செய்து உரிமைபெறவும் தமிழ் படைப்புகளின் உரிமையைக் கொடுக்கவும் பிராங்பர்ட் ஒரு முக்கியக் களம் என்பதைப் புரிந்துகொண்டு அரிதினும் முயன்று ஒவ்வொரு ஆண்டும் அப்புத்தகச் சந்தையில் கலந்துகொண்டேன். ஆரம்ப ஆண்டுகளில் இச்செலவுக்குப் பணம் எடுப்பதே பெரும் போராட்டமாக இருந்தது. பின்னர் இதன் பயனால் காலச்சுவடு வளரத் தொடங்கியதும் சற்றே எளிதானது. இந்த அனுபவங்களையும் தமிழ்ப் பதிப்பாளர்கள் இத்தகைய களங்களில் பங்கேற்க வேண்டியதன் அவசியத்தையும் தொடர்ந்து வாய்ப்புக் கிடைக்கும் இடங்களில் வலியுறுத்திவருகிறேன். கிட்டத்தட்ட 15 ஆண்டுகளுக்கு முன்னர் புது தில்லி ஜேர்மன் புக் ஆஃபீஸ் என்னுடைய ஆலோசனையை ஏற்று அப்போது புனித ஜார்ஜ் பள்ளியில் நடந்த சென்னை புத்தகச் சந்தைக்கு வந்து பிராங்பர்ட் புத்தகச் சந்தை பற்றிய ஒரு அறிமுக நிகழ்வை நடத்தினார்கள். அன்றைய பபாசி தலைவர் காந்தி கண்ணதாசன், கிழக்கு பத்ரி, கிரி டிரேடிங் ஸ்ரீனிவாசன் ஆகியோருடன் நானும் பேசினேன். காலச்சுவடு இச்சந்திப்பு தொடர்பாகத் தமிழில் ஒரு துண்டறிக்கையை அச்சிட்டு அனைத்து அரங்குகளும் வழங்கியது. இந்நிகழ்வுக்குத் தமிழ்ப் பதிப்பாளர் ஆதரவு அன்று கிடைக்கவில்லை.

மற்றொரு முக்கியமான விஷயம் காலச்சுவடு தொடங்கிய காலம் முதலே எழுத்தாளருடன் ஒப்பந்தம் செய்வது, காப்புரிமையின் இன்றியமையாமையை உணர்ந்து செயல்படுவதும், தொடர்ந்து அவைபற்றி நான் தமிழிலும் ஆங்கிலத்திலும் பேசிவருவதும். புதுமைப்பித்தன் மனைவியாருடனும் பின்னர் மகளுடனும் ஒப்பந்தம் செய்து அவரது படைப்புகளை வெளியிட்டதற்கு எதிராகப் பேராசிரியர்கள், உயர் நீதிமன்ற வழக்கறிஞர்கள், எழுத்தாளர்கள் திரண்ட விசித்திர நிகழ்வு இங்கு 20 ஆண்டுகளுக்கு முன்னர் நடந்தது. அவர்கள் புதுமைப்பித்தன் குடும்பத்தினர்மீது வழக்குத் தொடர்ந்த பதிப்பகத்திற்கும் காப்புரிமை மீறலுக்கும் ஆதரவாகத் திரண்டனர். அவர்கள் அன்று முன்வைத்த அபத்தத்திலும் அறியாமையிலும் தோய்ந்த வாதங்கள் வரலாற்றின் குப்பைத்தொட்டியில்கூட இன்று இல்லை. இந்தச் சர்ச்சையின் சாதகமான அம்சம், காப்புரிமை பற்றிய விழிப்புணர்வு தமிழ் அறிவுலகில் பரவலாக இது காரணமாக அமைந்தது.

கடந்த இருபதாண்டுகளில் நான் பேசிய விஷயங்கள், பெற்ற அனுபவங்கள், விவாதப் பொருளாக்கிய செய்திகள், பகிர்ந்துகொண்ட கருத்துக்கள் ஆகியவற்றிக்கு இத்தொகுப்பு சான்று பகர்கிறது.

பல பதிப்பாளர்களின் முயற்சிகளாலும் தமிழக அரசின் முன்னெடுப்பாலும் இக்கனவுகள் நனவாகும் காலகட்டத்தில் இத்தொகுப்பு வெளிவருவது பொருத்தமானது.

நாகர்கோவில் **கண்ணன்**
20-12-2022

கோவையில் ஒரு புத்தக எழுச்சி

கொடிசியா நடத்திய கோவை புத்தகச் சந்தை 22 ஜூலை இறுதியில் (2022) பத்து நாட்கள் மிக வெற்றிகரமாக நடந்தது. ஒரு புத்தகச் சந்தை நடைபெறத் தேவையான கட்டமைப்புடன் தமிழகத்தில் நடக்கும் ஒரே புத்தகச் சந்தை கோவை புத்தகச் சந்தை. பெரும் இடப்பரப்பில் அமைந்த அரங்குகளுக்கு உள்ளேயும் வெளியேயும் வாசகர்களின் வசதியை மனத்தில் கொண்டு போதிய இடம் விட்டு அமைக்கப்பட்ட சந்தை இது. வாசகர்கள் தள்ளுமுள்ளு இல்லாமல் சந்தையில் சுற்றிவரக்கூடிய வகையில் அதன் கட்டமைப்பு இருந்தது. கழிவறை வசதி போதிய அளவில் இருந்தது. கழிப்பறைகளின் தூய்மை பேணப் பட்டதையும் குறிப்பிட வேண்டும். உணவக ஏற்பாடுகள் புத்தகச் சூழலைக் கெடுக்காத வகையில் இருந்தன. பொது அரங்குகளில் தினமும் பல கூட்டங்கள் நடந்தன. ஆனால் அங்கே நடக்கும் எந்த நிகழ்வும் புத்தக அரங்குகளில் நூல்களைப் பார்வையிட்டுக்கொண்டிருக்கும் வாசகர்களைச் சந்தைக்கு வெளியே இழுக்கவில்லை. மாறாக புதிய வாசகரைச் சந்தைக்கு உள்ளே கொண்டு வந்தன. நூல்களை வாங்க விரும்பும் வாசகர்களின் தேவைகளைக் கவனத்தில் கொண்ட புத்தகங்களை மட்டும் முதன்மைப்படுத்திய சந்தையாக இருந்தது.

கொடிசியாவில் பல தொழில்கள் சார்ந்த சந்தைகள் பல நடத்தித் தேர்ச்சி பெற்ற குழு

துரிதமாகத் திறமையுடன் செயல்படுகிறது. ஆடம்பரம் இல்லா விடினும் உலகத் தரத்திலிருக்கும் கட்டமைப்புக் கொண்ட இச்சந்தையில் ஒரு வாசகர் கண்ணியம் இழக்காமல், உடல் நலம் பாதிக்கப்படாமல், புத்தகச் சந்தைக்கு வருகைதந்து, குறுக்கீடுகள் இல்லாத பாதைகள் வழி சுதந்திரமாக நடந்து, தேவையான இடவசதி அளிக்கப்பட்டுள்ள கடைகளில் நுழைந்து, பிராணவாயு குறைபடாத சூழலில் நின்று வசதியாகவும் நிதானமாகவும் புத்தகங்களை வாங்க முடியும். தேசிய அளவிலான புத்தகச் சந்தையாகும் சாத்தியம் கோவை புத்தகச் சந்தைக்கு உண்டு. அரிதினும் முயன்றால் உலகக் களத்தை நோக்கியும் செல்ல முடியும்.

பெருந்தொற்றுக் காலத்திற்கு முன்னர்வரை சென்னைப் புத்தகச் சந்தை முதல் நிலை என்றால் அதற்குப் பத்து இடங் களுக்குப் பின்னர் கோவை, ஈரோடு, மதுரை புத்தகச் சந்தைகள் இருந்தன. இந்த ஆண்டு கோவை தெளிவாக இரண்டாவது இடத்திற்கு முன்னேறிவிட்டது. முழு முயற்சி எடுத்தால் சென்னையின் விற்பனையில் 75 சதவீதத்தை எட்டுவதற்கான சந்தை வீச்சு கோவைக்கு உண்டு.

இம்முறை வேளாண் சந்தை முடிந்து ஒரே வாரத்தில் புத்தகச் சந்தை கட்டமைக்கப்பட்டு நடந்ததால் போதிய விளம்பரம் செய்யப்படவில்லை; என்றபோதும் கோவையில் பெரிய முன்னேற்றம் தெரிந்தது. இந்த முன்னேற்றத்திற்குக் காரணம், தமிழகப் புத்தகச் சந்தைகளில் காலங்காலமாகப் பின்பற்றப்படும், காலங்காலமாகப் பின்பற்றப்படுவதாலேயே தொடர்ந்து கேள்வியின்றிக் கைக்கொள்ளப்படும், சில வைதீக நடைமுறைகளை கொடிசியா இம்முறை கைவிட்டதுதான்.

நிறைய இட வசதியுடைய கொடிசியா, சந்தையில் பங்கேற்ற ஒவ்வொருவருக்கும் அவர்களுக்குத் தேவையான இடத்தை, அதற்குரிய தொகையைப் பெற்றுக்கொண்டு ஒதுக்கியது. இந்த வழக்கமான நடைமுறையில் என்ன புதிய செய்தி என்று கேட்டால், இந்த உலக நடைமுறையைச் செயல்படுத்த இங்கு ஒரு குட்டிப் புரட்சியே தேவைப்படும் அளவுக்கு வைதீகப் பழக்கங்கள் இறுக்கியுள்ளன. இதற்கு முன்னர் அதன் கரங்கள் கொடிசியா புத்தகச் சந்தைக்கும் இடையீடுகளை ஏற்படுத்தியிருந்தன. இந்த ஆண்டு அந்தப் பிடி தளர்ந்தது.

அடுத்ததாகப் புத்தகச் சந்தைக்குள் நுழையும் வாசகரை அவரவர் விருப்பம்போலசெல்ல அனுமதித்தது. இதிலும் என்ன புதுமை என்று தோன்றலாம். ஆனால் இங்கு நடைமுறை என்பது கயிறுவைத்துப் பாதைகளைக் கட்டியடைத்து வாசகர்களைக்

கால்நடைகள்போல வழிநடத்துவதாகும். இந்த மாற்றங்களின் முழுப் பயனும் இந்த ஆண்டு அங்கு கண்கூடாகக் காணப்பட்டது.

மேற்படி பழைமைவாதச் செயல்முறைகளுக்குச் சொல்லப்படும் மூடநம்பிக்கைகள் நகைப்பிற்கிடமானவை. பெரிய அரங்குகளால் சிறிய அரங்குகளின் விற்பனை பாதிக்கப்படும் என்பது இதில் ஒன்று. பெரிய அரங்குகளால் சிறிய அரங்குகள் எந்த பாதிப்பையும் அடையாது என்பது மட்டுமல்ல, மொத்தப் புத்தகச் சந்தையும் முன்னேறும்போது அனைவரும் பயன்பெறுவர் என்பதும் கோவை புத்தகச் சந்தையில் உறுதிப்பட்டது.

புத்தகச் சந்தையில் தகுதியான பதிப்பாளர்களின் அரங்குகளில் கிடைக்கும் நூல்கள் அநேகம் காப்புரிமையுடைவை. அதாவது ஒரு அரங்கில் கிடைக்கும் நூல் இன்னொரு அரங்கில் கிடைக்காது. தனக்குத் தேவையான நூல்களைப் பற்றிய திட்டத்துடன் வரும் வாசகர் 'வளர்ச்சி' பதிப்பகத்தின் அரங்கு சிறியதாக இருப்பதால் 'டால்ஸ்டாய்' பதிப்பகத்தின் அரங்கில் சென்று பிறிதொன்றை வாங்க மாட்டார். தனக்குத் தேவையான நூல்கள் கிடைக்காவிட்டால், அல்லது நின்று நிதானித்து வாங்கும் சூழல் இல்லாவிட்டால் குறைவாக வாங்கிச் செல்வார். அதுபோலத்தான் பல வழிகளை மறித்து வாசகரை ஒரே வழியில் செலுத்தும் முயற்சி. அவரவர் விரும்பும் கடைகளுக்குச் செல்ல வழிசமைக்க வேண்டும், கையேடுகள் வழங்கி வாசகருக்குத் துணையிருக்கவும் வேண்டும். மாறாக இன்றைய நடைமுறை என்ன? கடைகளுக்கு வேறு வேறு தினுசில் எண்கள் கொடுத்து வாசகருக்குத் தேவையான தகவல்களைக் குறைந்தபட்சமாக வழங்கி அலைய விடுவதாகவே உள்ளது. அங்கும் இங்கும் அலையும் வாசகர் யதேச்சையாக நம் கடைகளில் நுழைந்துவிட மாட்டாரா என்ற ஆசையும் இதில் அடங்கியுள்ளது. பெரிய புத்தகச் சந்தைகளில் பொருள் சார்ந்து சந்தையை ஒன்றுக்கும் மேற்பட்ட அரங்குகளாகப் பிரிக்க வேண்டும். குழந்தைகள் பிரிவு, கல்வி, பொது நூல்கள், ஆங்கிலம் என்று பிரிப்பது வாசகர்களின் வீண் அலைச்சலைக் குறைக்கும்.

தமது பேரப்பிள்ளைகளுக்கு நூல்கள் பரிசளிக்கச் சென்னை புத்தகச் சந்தை வரும் முதிய தம்பதியினரைக் கற்பனை செய்வோம். ஆங்காங்கு இருக்கும் குழந்தைப் பதிப்பகங்களைத் தேடி, தள்ளாடும் மரப் பாதையில் ஒவ்வோர் அடிக்கும் அமுங்கி எகிற, கால் முட்டுகள் வலிக்க, குழந்தைகளுக்கான கடையைத் தேடி எட்டுப் பாதைகள் முழுவதும் நடக்க வேண்டும். இத்தகைய புத்தகச் சந்தை அனுபவம் அவர்களுக்கு நிறைவானதாக அமையாது. அடுத்த முறை புத்தகச் சந்தைக்கு வருவதற்கான உந்துதல் குறையும்.

இன்று வீட்டிலிருந்தே தேவையான புத்தகங்களை வாங்கி விடக்கூடிய சூழல் இருக்கும்போது வாசகரைத் தொடர்ந்து புத்தகச் சந்தைகளுக்கு வரவழைப்பது ஒரு சவாலாகிவிடும்.

புத்தகச் சந்தைக்கு வரும் அனுபவத்தை ஒரு பண்பாட்டு அனுபவமாக மாற்ற வேண்டும். சந்தை ஒரு பண்பாட்டு மையமாக வேண்டும். எழுத்தாளர்களை வாசகர் சந்திக்கும் வாய்ப்புகளை ஊக்கப்படுத்த வேண்டும். தனி அரங்குகளில் புத்தக வெளியீடுகள், கலை நிகழ்ச்சிகள் பல நடக்க வேண்டும். அரங்கின் உள்ளும் புறமும் இவை அனுமதிக்கப்பட வேண்டும். இவற்றை முறைப்படுத்தும் நெறிகள் அவசியம். ஆனால் கெடுபிடிகள் அவசியம் இல்லை. சந்தையில் ஒழுங்கு தேவை, கொண்டாட்டமும் அவசியம்.

தமிழகத்தில் மாபெரும் சந்தையாக வளர்வதற்கான சாத்தியமுடைய மூன்று சந்தைகள் ஈரோடு, மதுரை, திருச்சி சந்தைகள். ஈரோடு சந்தையை அரும்பாடுபட்டு வளர்த்தெடுத்த மக்கள் சிந்தனைப் பேரவை அது சுதந்திரமாக உயரப் பறக்க அனுமதிக்க வேண்டும். விரிந்த மைதானத்தில் குறுகிய சந்தையை அமைத்துப் பதிப்பாளர் பலருக்கு இடமும் மறுப்பதால் என்ன பயன்? சந்தையை விரிவுபடுத்தி இன்னும் அதிக இடம் வழங்கினால் பதிப்பாளர்கள் முழு வீச்சும் வாசகருக்கு எட்டும். காலைச் சுற்றும் பழைமைவாதத்தின் பிடியிலிருந்து விடுபட்டுச் சந்தையை உலகளாவிய போக்கிற்கு ஏற்ப புதிதாக மறுகட்டமைப்பு செய்ய வேண்டும்.

மேற்படி அணுகுமுறையை வருங்காலத்திலேனும் பின்பற்றினால்தான் மதுரை, திருச்சி சந்தைகள் புதிய ரூபம் எடுத்துப் பெரும் வளர்ச்சியும் காண முடியும். புத்தகச் சந்தை யானது அடிப்படையில் வாசகர்களுக்கானது. அனைத்து நூல்களையும் பார்வையிட்டு வாங்கும் தமது உரிமைக்காக அவர்களும் குரல் கொடுக்க வேண்டும். ஊடகங்கள் வாசகர் குரலைப் பிரதிபலிக்க வேண்டும்!

காலச்சுவடு, செப்டம்பர் 2022

தமிழின் செறிவுகளோடு ஒரு யாத்திரை

உறவின் கிள்ளிவிட முடியாத முளை

எங்கள் வீட்டிலிருந்து சுமார் 25 கிலோமீட்டர் தொலைவில் இருக்கும் திருவட்டாறு ஆதிகேசவப் பெருமாள் கோயிலில் பற்பல ஆண்டுகளுக்குப் பிறகு அண்மையில் கும்பாபிஷேம் நடந்து முடிந்தது. எனவே அக்கோவிலுக்குச் சென்று வரலாம் என்று நானும் அம்மாவும் மைதிலியும் மாமியாரும் புறப்பட்டோம். எங்களுக்குக் கோயிலைப் பற்றி விளக்கிச் சொல்வதற்காக அப்பொருளில் ஒரு நூலே எழுதியுள்ள அ.கா. பெருமாள் அவர்களும் எங்களுடன் வந்தார். காரை எடுத்து நிறுத்தி விட்டு எல்லாரும் ஏறிக்கொண்டிருக்கையில் தன்னிச்சையாகக் கைப்பேசியில் மின்னஞ் சலைப் பார்த்தேன். பிரெஞ்சு இன்ஸ்டிடியூட்டின் இயக்குநரிடமிருந்து மின்னஞ்சல் வந்திருந்ததால் திறந்தேன். அவசரத்தில் பிரெஞ்சுத் தொடர்களைத் தவிர்த்துவிட்டு ஆங்கிலத்தை மட்டும் படித்தேன். விருது தருகிறார்கள் என்று புரிந்தது. காரில் இருந்தவர்களிடம் 'Knight of the Order of the Merit' விருது என்று வாசித்துச் சொல்லிவிட்டு, மூன்று நான்கு நெருங்கிய நண்பர்களுக்கு மின்னஞ் சலை அனுப்பிவிட்டு, வண்டியைச் செலுத்தத் தொடங்கினேன்.

கடும் மழை, அதனால் ஏற்படும் போக்குவரத்துக் குழப்பங்கள், மோசமான சாலை வழி. ஒரு மணிநேரம் சென்று இறங்கியதும் சலபதி அழைத்திருப்பதைப் பார்த்தேன். அவர்தான் இது 'செவாலியே விருது' என்று தெரிவித்தார். ஒரு வரி பிரெஞ்சு இன்ஸ்டிடியூட்டிற்கு நன்றி அறிவித்துவிட்டுக் கோவிலுக்குள் சென்றேன்; மகிழ்ச்சியும் குழப்பமுமாக இருந்தது. சரிவரப் புரியாத செய்தியைப் பிழையான விவரங்களுடன் அறிவித்துவிடக் கூடாது என்பதால் வேறு யாருக்கும் சொல்லவில்லை. இது சிவாஜிக்குக் கிடைத்த அதே விருதா என்பதே பலருடைய முதல் கேள்வியாக இருக்கும். பதில் எனக்கு அப்போது தெரிந்திருக்கவில்லை (ஆமாம்!).

வீடு திரும்பியதும் இரவு உணவை முடித்துவிட்டு செவாலியே பற்றிய விவரங்களைக் கைபேசியிலேயே இணையத்தில் தேடத் தொடங்கினேன். சலபதி, 'முகநூலில் அறிவிக்கவில்லையா?' என்று கேட்டுப் பின்னிரவில் செய்தி அனுப்பினார். பிரெஞ்சுத் தரப்பு செய்திக் குறிப்பு வெளியிடட்டும், எனக்குச் சற்றுக் குழப்பமாகவே இருக்கிறது என்றேன். பெருமாள் சாரும் மைதிலியும் நெருங்கிய வட்டத்தில் பகிர, செய்தி இரவோடிரவாகப் பரவத் தொடங்கியது, முகநூலிலும் வாட்ஸ்அப் வட்டங்களிலும்.

செவாலியே ஏற்படுத்திய இந்தப் பரபரப்புக்குக் காரணம் நடிகர் சிவாஜி கணேசன்தான். விருதுபெற்ற பிறருடைய பெயர் களில் அவர் பெயரே எல்லார் மனதிலும் முதன்மை பெற்றுள்ளது. என்னை அழைத்த கடைக்காரர்கள் சிலர் 'செவ்வாலியர் சிவாஜி' விருதுக்கு வாழ்த்துகள் என்றனர்! தேசிய கவனம், அங்கீகாரம், விருதுகள் எவையுமே சிவாஜி கணேசனுக்குக் கிடைக்கவில்லை என்ற பெரும் ஆதங்கத்தை செவாலியே விருது மூலமாகத் தமிழ்ச் சமூகம் தீர்த்துக்கொண்டுள்ளது. எனவே அவர் பெயரோடு அது இரண்டறக் கலந்துள்ளது. பிற விருதாளர்கள் அதை அவரிடமிருந்து சில நாட்கள் கடன் பெறவே முடியும் என்று நினைக்கிறேன்.

மின்னஞ்சல் பெற்ற மறுநாள் காலை பிரெஞ்சு இன்ஸ்டிடியூட் அலுவலகத்துடன் பேசினேன். தில்லியில் நடக்கவிருக்கும் நிகழ்வுக்கு செப்டம்பர் /அக்டோபரில் வசதியான தேதிகளைக் கேட்டார்கள். அக்டோபர் இறுதியில் நான் பிராங்பர்ட் செல்ல இருப்பதையும் குறித்துக்கொண்டார்கள். அவர்கள் செய்திக் குறிப்பு வெளியிடுவார்களா என்பதில் எனக்குத் தெளிவு கிடைக்கவில்லை. அதற்குள் செய்தி வேகமாகப் பரவிவிட்டதால் நான் அறிவிக்க வேண்டிய அவசியம் ஏற்படவில்லை. இருப்பினும் பிரெஞ்சுத் தூதரிடமிருந்து அதிகாரப்பூர்வமான கடிதம் வந்ததும் முகநூலில் பதிவிட்டேன்.

எனக்கு முன்னர் இந்தியாவில் – நான் அறிந்தவரை – மூன்று பதிப்பாளர்களுக்கு இந்த விருதைக் கொடுத்துள்ளார்கள். ஊர்வசி புட்டலியா (ஸுபான்), நவீன் கிஷோர் (ஸி கல்), பிரமோத் கபூர் (ரோலி புக்ஸ்). மூன்றுமே ஆங்கிலப் பதிப்பகங்கள். முகநூலில் வலம்வரும் பெயர்களைவிட அதிகமான எண்ணிக்கையில் தமிழர்களுக்கும் கிடைத்துள்ளது, குறிப்பாகப் புதுவையில். அதிகமும் பிரெஞ்சு கற்பித்த ஆசிரியர்களுக்கு என்று நினைக்கிறேன்.

இந்தியாவில் ஆண்டுக்கு ஒன்றிரண்டு பேருக்கு அளிக்கப்படும் விருது இது. (எனக்கு அறிவிக்கப்பட்ட சில நாட்களில் திருவனந்தபுரம் நாடாளுமன்ற உறுப்பினர், எழுத்தாளர் சசி தரூருக்கும் செவாலியே விருது அறிவிக்கப்பட்டது.) இந்திய மொழிப் பதிப்பாளர்களில் முதல்முறையாக எனக்குக் கிடைத்துள்ளதில் மகிழ்ச்சி.

இந்திய மொழிப் பதிப்பகங்களில் காலச்சுவடு தொடர்பில் பல முதல் அங்கீகாரங்கள் தொடர்ந்து கிடைத்துவருகின்றன. தமது மொழி இலக்கியத்தை உலகத் தளத்திற்கு எடுத்துச் செல்லுதல் என்ற அடிப்படையிலும் உலக இலக்கியத்தைத் தமது மொழிக்குக் கொணர்தல் என்ற தளத்திலும் காலச்சுவடு இன்று இந்தியாவில், குறிப்பாக இந்திய மொழிப் பதிப்பகங்களில் முன்னணியில் உள்ளது.

1. 2002இல் International Visitor Program என்ற அரசுத் திட்டத்தின் கீழ் அமெரிக்க ஊடகவியலாளர்களுடன் மூன்று வாரப் பயணங்களும் சந்திப்புகளும் நிறைந்த திட்டத்திற்கு அழைக்கப்பட்டேன். *காலச்சுவடு* இதழின் ஆசிரியர் என்ற அடிப்படையில் வந்த அழைப்பு இது. என்னுடன் வந்த இருவரில் ஒருவர் *தி இந்து* ஆங்கில நாளிதழில் பணிபுரிந்தவர், மற்றவர் டைம்ஸ் ஆப் *இந்தியா* நாளிதழ். தமிழிலிருந்து வேறு இதழாளர்களும் சென்றுள்ளார்கள்; ஆனால் தீவிர இதழ் சார்பாகச் சென்றவர் வேறு யாரும் இல்லை.

2. 2007இல் *Frankfurt Book Fair Fellowship Program*க்கு நான் அழைக்கப்பட்டபோது இந்திய மொழிகளில் மட்டும் நூல் வெளியிடும் முதல் பதிப்பாளராக – நான் அறிந்தவரை – எனக்கு அந்த வாய்ப்புக் கிடைத்தது. எனக்குப் பிறகு அத்திட்டத்தில் இடம் பெற்ற இந்தியப் பதிப்பாளர்களும் இந்திய ஆங்கிலப் பதிப்பாளர்கள்தான். இதுபோன்றே முதல் இந்திய மொழிப் பதிப்பகமாக ஆஸ்திரேலியா, துருக்கி, எமிரேட்ஸ், நார்வே போன்ற பல நாடுகளுக்குக் காலச்சுவடின் பதிப்பாளராக அழைக்கப்பட்டிருக்கிறேன்.

3. *2018இல் PublishingNext அமைப்பு இந்தியாவில் சிறந்த பதிப்பகம் என்ற விருதைக் காலச்சுவடுக்கு வழங்கியது. இதற்கு முன்பும் பின்பும் இப்பரிசை வாங்கிய பதிப்பகங்கள் அனைத்துமே ஆங்கிலப் பதிப்பகங்கள்; அவற்றில் பல பன்னாட்டுப் பதிப்பகங்கள்.*

செவாலியே விருதுக்கான முதல் காரண அறிவிப்பு, 'பிரெஞ்சுப் பதிப்புத் துறை, இந்தியப் பதிப்புத் துறை இடையிலான பந்தங்களை மேம்படுத்துவதற்காக' என்று குறிப்பிடுகிறது. இந்தக் கோணத்தில் எந்தச் செயல்பாடுகளை அவர்கள் கணக்கெடுத்திருப்பார்கள் என்று எண்ணிப்பார்க்கிறேன்.

பிரெஞ்சிலிருந்து தமிழுக்குக் குறுகிய காலத்தில் பதினைந்து நூல்கள், தமிழிலிருந்து பிரெஞ்சுக்கு ஐந்து படைப்புகளுக்கு முன்னணிப் பதிப்பகங்களுடன் ஒப்பந்தம் என்று வேகத்துடன் செயல்பட்டுள்ள இந்திய மொழிப் பதிப்பகம் எதுவும் இல்லை.

2007ஆம் ஆண்டு சந்தையில் சுற்றிக்கொண்டிருந்தபோது பிரெஞ்சுப் பதிப்பகங்கள் இணைந்து அரங்கமைக்கும் பகுதிக்குச் சென்றேன். அங்கு புத்தகங்களைப் பார்வையிட்டபடியே நகர்ந்த போது ஒரு நூலில் வைக்கம் பஷீரின் சித்திரம் கண்ணில் பட்டது. அக்கணம்தான் எனக்கும் பிரெஞ்சுப் பதிப்புச் சூழலுக்குமான உறவின் தொடக்கம். அப்பதிப்பகம் 'ஸுல்மா.' பஷீரை வெளியிட்டுள்ள இப்பதிப்பகத்தின் வழி ஒரு தமிழ்ப் படைப்பையும் வெளியிடவைக்க வேண்டும் என்ற ஆசை துளிர்த்தது. அவர்களுடைய தொடர்புகளைப் பெற்றுக் கொண்டேன்.

அடுத்த ஆண்டு பிராங்பர்ட் புத்தகச் சந்தைக்குச் செல்வது உறுதிப்பட்டதும் ஸுல்மாவுக்கு மின்னஞ்சல் அனுப்பினேன். எல்லா அரை மணிநேரச் சந்திப்புகளும் நிறைந்துவிட்டன என்று பதில் வந்தது. அக்டோபரில் நடக்கும் சந்தைக்கு முன்னதாக ஆகஸ்ட் மாதமே அந்த மின்னஞ்சலை அனுப்பியிருந்தேன். அடுத்த ஆண்டு ஜூலை மாதம் அனுப்பினேன். அதே பதில். பின்னர் சந்தை நடந்துகொண்டிருக்கும்போது ஒருநாள் நள்ளிரவில், "மதியம் 12.00 மணிச் சந்திப்பு ரத்தாகிவிட்டது, நீங்கள் வரலாம்" என்ற மின்னஞ்சல் வந்தது.

மறுநாள் குறித்த நேரத்தில் சென்றேன். பின்னர் அடுத்த ஆண்டும் சந்தித்தோம். மீண்டும் அடுத்த ஆண்டு. இறுதியாக அம்பையின் சிறுகதைத் தொகுதியை 2015இல் ஸுல்மா வெளியிட்டது. உலகப் பதிப்புச் சூழலில் நன்கு அறியப்பட்ட, மதிக்கப்பட்ட பதிப்பகம் ஒரு காலச்சுவடு படைப்பை வெளியிட்டது அப்போதுதான். அதற்கு முன்னர் நான் ஜெர்மன்,

கலீசியன் போன்ற மொழிப் பதிப்பகங்களுடன் ஒப்பந்தங்கள் மேற்கொண்டிருந்தாலும் பெயர் சொல்லும்படியான முதல் பதிப்பகம் ஸுல்மாதான். (உலகப் புத்தகச் சூழலில் எனக்கு இன்றிருக்கும் ஒவ்வொரு தொடர்புக்குப் பின்னும் இப்படி ஒரு குட்டிக் கதை இருக்கிறது.)

இதற்கு ஓரிரு ஆண்டுகளுக்குப் பின்னர் பிரெஞ்சில் வெளிவந்த 'தீபன்' திரைப்படம் தொடர்பில் ஷோபா சக்தியின் பெயர் அடிபட்ட சூழலில் 2015ஆம் ஆண்டு பிராங்பர்ட்டில் ஸுல்மாவுடனான சந்திப்பில் அவரைப் பற்றி என்னுடன் பேசினார்கள். அந்தோணிதாசன் என்று திரைப்படத்தில் பயன்படுத்தப்பட்ட பெயரைச் சொல்லிக் கேட்டதால் சட்டென்று புரியவில்லை. ஒரு கணம் யோசித்ததும் புரிந்து கொண்டேன். தமிழில் வேறு பெயரில் எழுதுபவர் என்பது அவர்களுக்கும் தெரிந்திருந்தது. நான் படித்திருந்த அவருடைய இரண்டு படைப்புகளின் அடிப்படையில் சில நிமிடங்கள் பேசிக்கொண்டிருந்தோம். பின்னர் அவருடைய தொடர்பு கிடைக்குமா என்று கேட்டார்கள். அனுப்பிவைப்பதாகக் கூறி, அதனைப் பாரிஸ் லக்ஷ்மியிடம் கேட்டுப் பெற்று மின்னஞ் சல் முகவரியை மறுநாளே அனுப்பிவைத்தேன். (ஆண்டு, அனுப்பிய விவரங்கள் போன்றவற்றை முந்திய மின்னஞ்சல்களை எடுத்துச் சரிபார்த்தே எழுதுகிறேன். அதேநேரம் நானில்லாமல் அவருடைய படைப்புகள் பிரெஞ்சில் வெளிவந்திருக்காது என்றோ அல்லது ஷோபாவுடனான தொடர்பு அப்பதிப்பகத்தாருக்கு ஏற்பட்டிருக்காது என்றோ யாரும் பொருள் கொள்வது பிழை. அத்தகைய தொடர்புகளை ஏற்படுத்திக்கொள்ளப் பல வழிமுறைகள் உண்டு.)

இதுபோல இந்திய எழுத்தாளர்களையும் பதிப்பாளர்களையும் பிரெஞ்சுச் சூழலுடன் இணைப்பதற்கான எந்த வாய்ப்பையும் நான் தவறவிட்டதில்லை. (பதிப்பாளர்களின் நட்பு வட்டத்திலிருந்து இதுபோன்ற எண்ணற்ற உதவிகளை நானும் கேட்டுப் பெற்றதுண்டு.) இன்றைய இளம் பதிப்பாளர்கள் நான் பயின்ற பாதையில் நெடுநடை போடாமல், விட்ட இடத்தில் பிடித்துத் தொடர்வதே சிறப்பு. என்னுடைய தொடர்புகளை அறிந்து பலரும் என்னிடம் தொடர்புகொள்வதும் நான் மின்னஞ்சல் வழி அவர்களை பிரெஞ்சுப் பதிப்பாளர்களுக்கு அறிமுகப்படுத்துவதும் வழக்கம்.

சில ஆண்டுகளுக்கு முன் இந்தியாவும் பிரான்சும் ஓர் ஒப்பந்தம் செய்துகொண்டன. புதுதில்லி உலகப் புத்தகச் சந்தையில் பிரான்சு சிறப்பு விருந்தினராக அழைக்கப்படும். அதேபோல

பாரிஸ் புத்தகச் சந்தையில் இந்தியா சிறப்பு விருந்தினராகக் கலந்துகொள்ளும். கொரோனா பெருந்தொற்றின் காரணமாக 2020, 2021 பாரிஸ் புத்தகச் சந்தைகள் ரத்தாயின. தில்லிப் புத்தகச் சந்தையும் 2021, 2022 ஆண்டுகளில் ரத்தாயிற்று. இந்த ஆண்டு ஏப்ரலில் பாரிஸில் இந்தியா சிறப்பு விருந்தினராகக் கலந்துகொண்டது. அடுத்த ஆண்டு இதே கௌரவம் தில்லிப் புத்தகச் சந்தையில் பிரான்சுக்கு வழங்கப்படும்.

இத்திட்டம் பற்றி 2019இல் பாரிஸ் புத்தகச் சந்தையில் BIEFஇன் (பிரெஞ்சுப் பதிப்புலகின் உலகளாவிய மேலாண்மை நிறுவனம்) பொது இயக்குநர் நிகலஸ் ராஷூம் இன்னும் பலரும் என்னுடன் பேசினார்கள். அந்த உரையாடல் அடுத்த இரண்டு ஆண்டுகளில் விட்டுவிட்டு நடந்தது. 2019 பிற்பகுதியில் இந்நிகழ்வின் தொடர்பில் பிரெஞ்சுப் புத்தகச் சந்தை பற்றி இந்தியப் பதிப்பாளர்களுக்குப் பயிலரங்கு நடத்தினார்கள். அதில் நிகலஸ் ராஷூம் நவீன் கிஷோரும் (பதிப்பாளர், சீகல், கொல்கத்தா, செவாலியே விருது பெற்றவர்) நானும் பேசினோம். பல இந்திய மொழிகளிலிருந்து ஊக்கமுடைய இளம் பதிப்பாளர்களை அடையாளம்காணவும் நான் உதவினேன். இந்தப் பயிலரங்கு பற்றி என்னுடைய முகநூலிலும் பதிவிட்டிருந்தேன். தமிழிலிருந்து 'யாவரும்' பதிப்பகத்தின் ஜீவ கரிகாலன் கலந்துகொண்டார்.

கடந்த ஏப்ரல் மாதம் பாரிஸ் புத்தகச் சந்தைக்குப் பல இந்திய மொழிப் பதிப்பாளர்களையும் என்னையும் அழைத்துச் சென்றார்கள். 'Seuil' பதிப்பகத்தாரைக் கிட்டத்தட்டப் பத்தாண்டுகளாக பாரிசிலும் பிராங்பர்ட்டிலும் சந்தித்து வருகிறேன். 2013இல் பாரிஸில் அவர்கள் அலுவலகம் சென்றிருக்கிறேன். பிரான்சுக்கு அப்பாலிருந்து படைக்கப்படும் Francophone இலக்கிய (பல நாடுகளிலிருந்து பல மக்களால் பிரெஞ்சில் எழுதப்படுபவை) படைப்புகளை அதிகம் வெளியிடுவார்கள். ஒவ்வோர் ஆண்டும் அதன் எடிட்டர் ஜென்னியும் டார்னியும் நானும் பிராங்பர்ட்டில் சனி மாலையில் கடைசிச் சந்திப்பை வைத்துக்கொள்வோம். எனக்குப் பிடிக்கும் நூல்களை மிகத் திறமையாகத் தேர்ந்தெடுத்து முன்வைப்பார் ('அப்பாவின் துப்பாக்கி', 'சிரியாவில் தலைமறைவு நூலகம்', 'முன்பின் தெரியாத ஒருவனின் வாழ்க்கை'). இவ்வருடம் ஏப்ரலில் நான் பாரிஸ் புத்தகச் சந்தைக்கு வருவதை அறிந்து ஒரு சந்திப்புக்காகக் கேட்டு எழுதியிருந்தார். இம்முறை இன்னும் பல இந்திய மொழிப் பதிப்பாளர்களும் வருவதை அவருக்குத் தெரிவித்து தில்லி பிரெஞ்சு இன்ஸ்டிடியூட்டுடன் தொடர்புகொண்டு அனைவரையும் தமது அலுவலகத்திற்கு அழைத்துச் சந்திக்கலாம் என்று அவர்களுக்கு எழுதினேன். (பெரிய சந்திப்பு அறையுடன்

கூடிய விரிவான அலுவலகம் அவர்களுடையது.) அவ்வாறே நடந்தது. தமிழிலிருந்து 'தடாகம்' பதிப்பகம் அன்பரசனும் இதில் கலந்துகொண்டார்.

நகரப் போக்குவரத்தில் ஏற்பட்ட தடங்கலால் எல்லாருமே தாமதமாகப் போய்ச் சேர்ந்தோம். அதைப் பொருட்படுத்தாமல் இரண்டு மணிநேரத்திற்கும் மேல் சந்திப்பு நீண்டது. வழக்கமான தொழில் அணுகுமுறையைத் தவிர்த்துப் பதிப்பாளர்கள் பலருடைய கேள்விகளுக்கு மனம் திறந்து பதிலளித்தார்கள். பிரெஞ்சுப் பதிப்புலகின் ஒரு சாளரத்தைத் திறந்து காட்டினார்கள் என்றுதான் சொல்ல வேண்டும்.

இதில் எவையெல்லாம் பிரெஞ்சுசார் அமைப்புகளால் கவனிக்கப்படுகின்றன என்று எனக்குத் தெரியாது. என்னுடைய செயல்பாட்டின் பொது அணுகுமுறைகள் இவை. தமிழுக்கு அப்பால் செல்லும் ஒவ்வொருவருமே எந்தத் துறையாக இருந்தாலும் தமிழின் பிரதிநிதிகளாக நடந்துகொள்ள வேண்டும். அயலில் தனியொருவரின் செயல்பாடு ஒரு மக்கள் கூட்டத்தின் செயல்பாடாகவே பார்க்கப்படும்.

2007ஆம் ஆண்டு Frankfurt Book Fair fellowship program என்ற திட்டத்தில் தேர்வாகி பிராங்பர்ட் புத்தகச் சந்தைக்குச் சென்றேன். ஆனால் இங்கு பரவலாகக் கருதப்படுவதுபோலத் தமிழகத்திலிருந்து அச்சந்தைக்குச் சென்ற முதல் பதிப்பாளர் நான் அல்ல. (இதை இப்போது தெரிவிப்பதற்குக் காரணம் சிறுவயதில் காதில் விழுந்த செய்தியை இப்போதுதான் உறுதிப்படுத்திக்கொள்ள முடிந்தது.) நான் கல்லூரியில் படிக்கச் சென்ற காலத்திலேயே (1983/84) தமிழிலும் ஆங்கிலத்திலும் பிரசுரித்துவந்த 'க்ரியா'வின் பதிப்பாளர் ராமகிருஷ்ணன் சென்றிருக்கிறார். பிராங்பர்ட் சார்ந்து பதிப்பாளர்களுக்கான இன்னொரு திட்டம் Invitation Program. பிராங்பர்ட்டுக்கு வருமளவுக்கு வலுவற்ற நாடுகள், மொழிகளிலிருந்து பதிப்பாளர்களை அவர்களே தேர்ந்தெடுத்து அழைப்பார்கள். இலவசமாக ஒரு அரங்கு, பயணச் செலவுகள், புத்தகத்தை ஐரோப்பாவுக்கு அனுப்பும் செலவு எல்லாவற்றையும் அவர்களே ஏற்றுக்கொள்வார்கள். அந்தப் பயணத்திற்குப் பின்னர்தான் க்ரியாவின் ஐரோப்பிய இலக்கிய மொழிபெயர்ப்புகள் வெளிவந்தன. ஆனால் இப்பயணம் பற்றி க்ரியாவுக்கு வெளியே யாரும் அறிந்திருக்க வாய்ப்பில்லை.

2000ஆம் ஆண்டுமுதல் தமிழகத்திற்கு அப்பால் நான் பயணம் செய்யத் தொடங்கினேன். தில்லியிலிருந்து பிராங்பர்ட்வரை ஒரு சில பண்பாட்டு மையங்களில் எனக்கும் முன்னர் சில தமிழ்க் கால்தடங்கள் இருந்தனவெனில் அவை அநேகமாக க்ரியா

பதிப்பும் படைப்பும் 25

ராமகிருஷ்ணனுடையவை. பயன்பெற்றவர்கள் அநேகமாக க்ரியாவின் உள்வட்டத்தினர். இவர்கள் யாருமே தாம் பெற்ற அனுகூலங்களைப் பேச மாட்டார்கள். இச்செய்திகள் மிகக்குறுகிய வட்டத்திற்குள் நின்றன. இது ஒரு அணுகுமுறை.

காலச்சுவடின் ஆரம்ப கட்டத்திலிருந்து எமக்கான சில பொதுவிதிகளைக் கடைப்பிடித்துவருகிறோம். அவை:

1. தமிழ்ச் சூழலில் பிறருக்கும் பயனுடைய தொடர்புகள், உதவிகள் கிடைக்கும்போது அதைப் பொதுவில் அறிவிக்க வேண்டும்.

2. நமது முன்னோடிப் பணிகள் முன்மாதிரியாக அமைந்து, தாமும் செய்ய முடியும் என்ற நம்பிக்கையைப் பிறருக்கு ஊட்ட வேண்டும். அப்போதுதான் சூழல் மாறும்.

3. தமிழ்ச் சூழலுக்கு அப்பால் தமிழக உள் அரசியல் பற்றிப் பேசுவதில்லை.

புதுமைப்பித்தன் ஆவணத் திட்டத்திற்காக IFA உதவியபோது அதைக் *காலச்சுவடு* முதல் பக்கத்தில் அறிவித்தோம். அதன் பிறகு அவர்களுக்கு விண்ணப்பித்துப் பயன்பெற்றவர்கள் உண்டு. பிராங்பர்ட் போகும் வாய்ப்புக் கிடைத்ததிலிருந்து அங்கு தமிழ்ப் பதிப்பாளர்கள் வர வேண்டும் என்று பிரச்சாரமே செய்துவருகிறேன். தில்லியில் அவர்கள் ஒரு அலுவலகம் திறந்தபோது அவர்களைச் சென்னைப் புத்தகச் சந்தைக்கு வருமாறு கேட்டுக்கொண்டேன். அவர்களும் இசைந்தார்கள். பபாசியுடன் இணைந்து சந்தையில் பிராங்பர்ட் புத்தகச் சந்தை அறிமுக நிகழ்வை நடத்தினோம். காந்தி கண்ணதாசன், கிழக்கு பத்ரி, கிரி டிரேடிங் ஸ்ரீநிவாசன் ஆகியோரும் அதில் பேசினார்கள். யாம் பெற்ற இன்பத்தை அமுக்கிவைத்தல் தாழ்வுணர்ச்சியின் வெளிப்பாடு என்பது என் உறுதியான எண்ணம். தமிழ்ப் பதிப்பாளர் ஒருவர் என்னிடம் உதவி கேட்டார், ஆனால் நான் எனக்குச் சாத்தியப்பட்டதைச் செய்யவில்லை என்று யாரும் சொல்ல வாய்ப்பில்லை என்று நினைக்கிறேன்.

2012ஆம் ஆண்டு நான் புதுதில்லி உலகப் புத்தகச் சந்தைக்குச் சென்றிருந்தபோது பிரெஞ்சு இன்ஸ்டிடியூட்டுடன் இணைந்து பணியாற்றத் தொடங்கி ஓரிரு நூல்கள் வெளிவந்திருந்த நிலையில் அவர்கள் இந்தியா இன்டர்நேஷனல் மையத்தில் ஒரு மாலை விருந்துக்கு ஒழுங்குசெய்து என்னையும் பலரையும் அழைத்திருந்தார்கள். மலையாளப் பதிப்புலக நண்பர் வி.சி. தாமஸூம் நானுமாகச் சென்றோம். மாலை, ஒயினோடு நீண்டுகொண்டிருக்கையில் அங்கு இன்ஸ்டிடியூட் சார்பாக

என்னுடன் தொடர்பில் இருந்த பிரெஞ்சு அலுவலர் என்னிடம் வந்தார். “உங்கள் நூல் பணிகள் தொடர்பாக எங்களுக்கு ஒரு புகார் வந்துள்ளது” என்றார். பிரெஞ்சு இன்ஸ்டிட்யூட்டுடனான என்னுடைய உறவால், தனது ஆகிவந்த களத்தில் மூன்றாமவர் நுழைவதால், யார் தவிப்பார்கள், யார் புகார் அனுப்புவார்கள் என்பது எனக்குத் தெரியும். மடியில் கனம் இல்லை. எனவே நான் அமைதியாக இருந்தேன். இச்சிறுமையால் ஏற்பட்ட துக்கத்தை வெளியே காட்டிக்கொள்ளவும் இல்லை. “எங்களுக்கு உங்கள் பணிகள் பிடித்திருக்கின்றன. எனவே அந்தப் புகாரைப் பொருட்படுத்த வேண்டாம் என்று முடிவுசெய்துவிட்டோம்” என்றார் அவர். அன்று கிள்ளிவிட முடியாத உறவின் முளைதான் இன்று செவாலியே விருதுவரை வளர்ந்துள்ளது. ‘தன்னால் மட்டுமே பெரிய சாதனைகள் நிகழ்ந்தன. அதன் பிறகு யாருமில்லை என்று சொல்லப்படுவதே தனக்குச் சிறப்பு’ என்று எண்ணுவதே அசலான இந்திய மனோபாவம்.

உலகக் களத்தில் நிலைபெற என்னால் முடியும் என்று நிறுவுவது அல்ல, தமிழால் முடியும் என்று நிலைநிறுத்துவதே அசலான சவால். முன்னோடிச் செயல்பாடுகளை அவை நிலைத்து நிற்கும் விதத்தில் மேற்கொண்டால் அடுத்த தலைமுறையினர் அடுத்த படிக்கு முன்னெடுப்பார்கள். தமிழ்ப் பண்பாடு தனது தனித்துவமான கூறுகளோடு இந்தியச் சூழலோடும் உலகச் சூழலோடும் கைகோத்துத் தேவையானவற்றைப் பெற்றும், இருக்கும் செறிவுகளைக் கொடுத்தும் உலகளாவிய அங்கீகாரத்தை நோக்கிப் புறப்பட வேண்டும்.

***காலச்சுவடு*, செப்டம்பர் 2022**

கொல்கத்தா புத்தகச் சந்தை

இந்தியாவின் முக்கியமான இரண்டு புத்தகச் சந்தைகள் நேஷனல் புக் ட்ரஸ்ட் நடத்தும் புதுதில்லி உலக புத்தகச் சந்தையும் கொல்கத்தா புத்தகச் சந்தையும் என்பது பரவலாக அறியப்பட்ட செய்தி. சென்னை புத்தகச் சந்தை இவற்றுக்கு நிகரான வாசகர் வருகையுடன் மூன்றாவது இடத்தில் உள்ளது என்று பல ஆண்டுகளாக பேசிவருகிறேன். பல ஆண்டுகளுக்கு முன்னர் என்னுடைய அழைப்பை ஏற்று புத்தகச் சந்தைக்கு வந்த மலையாள எழுத்தாளர் சக்கரியா, மக்கள் வெள்ளத்தைப் பார்த்துவிட்டு அசந்துபோய், 'சென்னை புத்தகச் சந்தை புத்தகங்களின் கும்பமேளா' என்று ஒரு டிவிட்டை தட்டிவிட்டார்! ஒரு புத்தகச் சந்தைக்கு மதிப்பைக் கூட்டும் கூறுகளில் வாசகர் வருகைக்கும் விற்பனைக்கும் முக்கிய இடமுண்டு. ஆனால் அவை மட்டும் போதுமானதல்ல. பண்பாட்டுத் தளத்திலும் அது மிளிர வேண்டும்.

தில்லி புத்தகச் சந்தைக்கு 2002 முதல் பலமுறை காலச்சுவடு அரங்கமைத்திருக்கிறோம். ஆனாலும் நேரில் பார்த்து என் கருத்தை உறுதிப் படுத்திக்கொள்ள கொல்கத்தா புத்தகச் சந்தைக்கு கடந்த ஆண்டுவரை போனது இல்லை. அங்கு வர்த்தகத்திற்கான வாய்ப்பு இல்லாத நிலையில்

காலச்சுவடுக்கு செலவு வைக்காமல் போய்வரும் வாய்ப்புக்காக காத்திருந்தேன்.

2019இல் தில்லியில் பிரெஞ்சு தூதரகத்தின் புத்தகப்பிரிவினர் இரு நாள் கருத்தரங்கிற்கு ஒழுங்கு செய்திருந்தார்கள். 2020 பாரிஸ் புத்தகச்சந்தையில் இந்தியா சிறப்பு விருந்தினர் என்றும் 2021இல் தில்லி புத்தகச்சந்தையில் பிரான்ஸ் சிறப்புவிருந்தினர் என்றும் திட்டம் இருந்தது. இதன் பின்புலத்தில் பிரான்ஸ் புத்தகச்சூழல் பற்றி ஏற்பாடு செய்யப்பட்ட கருத்தரங்கு அது. அதில் பிரெஞ்சு பதிப்புத்துறையுடன் என்னுடைய அனுபவத்தைப் பகிர்ந்துகொள்ள அழைத்திருந்தார்கள். இந்த கருத்தரங்கிற்கு ஜாதவ்பூர் பல்கலையின் பதிப்புத்துறை பொறுப்பாளர் பேராசிரியர் அபிஜித் குப்தாவும் வந்திருந்தார். என்னுடைய உரை முடிந்த பின்னர் ஜாதவ்பூர் வந்து மாணவர்களுடன் கலந்துரையாட அழைத்தார்.

இரண்டு நிபந்தனைகளுடன் வருவதாகச் சொன்னேன். ஒன்று கொல்கத்தா புத்தகச்சந்தை நடக்கும்போது அழைக்க வேண்டும். இரண்டு ஒருவாரம் விருந்தினர் விடுதியில் தங்க அனுமதிக்கவேண்டும். உடன் ஏற்றுக்கொண்டார்.

2020 பிப்ரவரி மாதம் இரண்டாவது வாரம் கொரோனாவின் பிடிக்குள் இந்தியா நுழைந்துகொண்டிருந்த வேளையில் கொல்கத்தா சென்றேன். (திரும்பும் வழியில் கொச்சி விமான முனையத்தில் விமானம் மாறுகையில் கெடுபிடி உச்சத்திலிருந்தது அதிர்ச்சியாக இருந்தது.)

மாணவர்களுடன் இரண்டு நாள்கள் வகுப்புகள் இருந்தன. 'எனது பதிப்புத்துறை அனுபவங்கள்', 'படைப்புரிமையின் வர்த்தகம்' ஆகிய இரண்டு பொருட்களில் உரையாற்றினேன்.

அதன் பின்னர் இரண்டு நாட்கள் புத்தகச்சந்தைக்குப் பயணம். நகரில், பல்கலை ஒரு பக்கம் சந்தை ஒரு பக்கம். ஜாதவ்பூர் பல்கலையின் பதிப்புத்துறையும் சந்தையில் ஒரு அரங்கை எடுத்திருந்தார்கள். எனவே ஒரு வாகனம் காலை சுமார் பத்துமணி அளவில் கிளம்பும். அதில் ஏறிக்கொள்வேன். ஒரு மணிநேரத்திற்கு மேலாக பயணம் செய்து போய்சேருவோம்.

2020 கொல்கத்தா புத்தகச்சந்தைக்கு 44வது ஆண்டு. புத்தகச் சந்தையில் தரை மேவப்பட்ட மைதானத்தில், சில கூடாரங்கள், தெரு ஓரக்கடைகள் என்ற இரு மாதிரிகளில்

கடைகள் உருவாக்கப்படுகின்றன. கட்டண வேறுபாடு உண்டு. தெருவோரக்கடைகளில நிரந்தரக் கடைகள் போல ஒவ்வொன்றிற்கும் பாதுகாப்புக்கு கிரில் கதவுகள் வைத்து உருவாக்கப்படுகின்றன. விரும்பினால் கடைகளை அவரவர் விருப்பப்படி கட்டமைத்து அலங்கரித்துக்கொள்ளலாம். குழந்தை பதிப்பாளர்களுக்கு தனிக்கூடாரம்.

சந்தைக்கு அரசு ஆதரவு உண்டு. அரசின் மைதானத்தில் நடக்கிறது. முன் தயாரிப்பு ஒரு மாதகாலம். சலுகை கட்டணம் இல்லாமல் இதையெல்லாம் செய்வது சாத்தியம் இல்லை. வருகைதருவோருக்கு தண்ணீர் வழங்கும் பொறுப்பை அரசு எடுத்துக்கொண்டிருக்கிறது. அரசு ஒரு அரங்கையும் எடுத்து பகட்டாக நிர்மாணித்திருந்தது. தேடித்தேடி பார்த்தும் மம்தாவின் புகைப்படம் கண்ணில்படவில்லை. பதிப்பாளர் கூட்டமைப்பின் தலைவரைச் சந்தித்துப் பேசுகையில் 'திதி'யுடன் அவருக்கு அனுசரணையான உறவு இருந்ததை அறிந்துகொண்டேன்.

சந்தையில் நடக்க, நிற்க, அமர நிறைய இட வசதி உள்ளது. உள்ளே நுழையக் கட்டணம் இல்லை. பல பக்கங்களிலிருந்தும் உள்ளே நுழையலாம். நல்ல பாதுகாப்பு உள்ளது. உள்ளே நுழையும் அனைவருக்கும் பெரிய பலவண்ண வரைபடம் வழங்கப் படுகிறது. விரும்பும் கடைகளை எளிதில் கண்டுபிடிக்க ஆப்(app) வசதியும் உள்ளது.

புத்தகச் சந்தையில் ஒரே நேரத்தில் பல இடங்களில் கலை நிகழ்ச்சிகள் நடக்கின்றன. இசை, நடனம், நூலறிமுகம். தனியார் அரங்குகளிலும் நடக்கின்றன. அவையும் பொது ஒலிப்பெருக்கியில் அறிவிக்கப்படுகின்றன. பேருரையாற்றும் பொது மேடை இல்லை.

புத்தகச் சந்தை நிர்வாகம் நடத்தும் ஒரு இலக்கியவிழா ஏழு ஆண்டுகளாக தனிக் கூடாரத்தில் நடக்கிறது. கடந்த ஆண்டின் பிற்பகுதியில் பெருந்தொற்றால் மரணமடைந்த சௌமித்ரா சட்டர்ஜீதான் கடந்த ஆண்டு விழாவைத் தொடங்கிவைத்தார். 'தாதா' 'தாதா' என்று அனைவரும் அவர்மேல் அன்பையும் மரியாதையையும் பொழிந்துகொண்டிருந்தார்கள். விழாவில் பன்னாட்டுப் பங்கேற்பு உண்டு. 2020இல் சிறப்பு விருந்தினராக

ருஷ்யா கலந்துகொண்டது. பிரெஞ்சு பண்பாட்டு நிறுவனம் ஷோபா சக்தி உட்பட சில பிரான்ஸ் நாட்டு எழுத்தாளர்களை இவ்விழாவுக்கு அழைத்து வந்திருந்தார்கள். இதுபோல பல நாடுகளும்.

தமது புத்தகச்சந்தைக்கு ஆதரவு திரட்டவும் பன்னாட்டு பங்கேற்பை வேண்டவும் ஃபிராங்பர்ட் புத்தகச் சந்தைக்கு வருகைதரும் நிர்வாகத்தின் பார்வை தொலைநோக்குடையது. அரசின் தலையீடு இல்லாத ஆதரவு தொடர்ந்தால் இன்னும் செழித்து வளரும் சாத்தியம் கொண்டது கொல்கத்தா புத்தகச் சந்தை.

பிப்ரவரி 13, 2021

பாரீஸ் அனுபவம்

ஐந்து அல்லது ஆறாவது முறையாக பாரீசுக்கு வருகிறேன். இரண்டு நகரங்கள் மீதான எனது ஆர்வம் வற்றாது தொடர்கிறது. பாரீசும் இஸ்தான்புல்லும். முதல்முறையாக 2002இல் பெர்லினிலிருந்து ரயிலில் பாரீஸ் வந்தேன். அன்று எனக்கு பாரீசில் யாரையும் நேரில் தெரியாது, லக்ஷ்மியைத் தவிர. லக்ஷ்மி 2001ஆம் ஆண்டு புதுவையில் *காலச்சுவடும்* தலித் இதழும் இணைந்து நடத்திய மௌனி கருத்தரங்கிற்கு அம்பையுடன் வந்தபோது சந்தித்தேன். சிலரை அவர்கள் எழுத்துகள் வழி தெரியும். கலைச்செல்வனைப் பொதுநண்பர்கள் வழியும் தெரியும்.

இந்தியாவில் ரயிலடிக்குச் சந்திக்க வருபவர்கள் நடைமேடைக்கு வந்து உத்தேசமாக ரயில் பெட்டிக்கு அருகில் நிற்பார்கள். நவம்பர் மாதம் பாரீஸ் குளிரில் ரயில் நிலையத்தில் இறங்கி நின்றேன். யாரும் வந்திருக்கவில்லை. பல நிமிடங்கள் காத்திருந்தேன். நடைமேடை காலியாகிவிட்டது. மெதுவாகக் கிலி பரவத் தொடங்கியது. சில செய்திகள் நினைவுக்கு வந்தன. என்னிடம் டாலர் குறைவாக இருந்தது, யூரோ இல்லை. எவருடைய முகவரியும் இல்லை. தொலைபேசி எண்ணும் இல்லை. மெதுவாக நடந்து வெளியே வந்தேன். முன் வாசலில் ஒருவர் நின்றார். தமிழர். கண்கள் தேடிக்கொண்டிருந்தன. கலைச்செல்வனாகத்தான் இருக்க வேண்டும்.

புகைப்படம் எதுவும் பார்த்ததில்லை. சந்தித்துக் கொண்டோம். சந்தித்தவுடன் நம்மை லேசாக உணரவைக்கும் இயல்புடையவர் கலைச்செல்வன்.

ரயில் நிலையத்திலிருந்து அவரது வீட்டிற்கு அழைத்துச் செல்வார் என்று எதிர்பார்த்தேன். கபேக்கு போய் ஒரு காப்பி குடிப்போம் என்றார். போனோம். கொஞ்ச நேரத்தில் அங்கிருந்து கிளம்பும் உத்தேசம் அவருக்கு இல்லை என்பதை அறிந்து கொண்டேன். கழிப்பறை சென்று கொஞ்சம் துலங்கிவிட்டுத் திரும்பினேன். நண்பர்கள் அங்கேயே சந்திக்க வந்தார்கள். முதலில் வாசுதேவன் வந்தார் என்று நினைக்கிறேன், சு.ரா.வின் படுதீவிரமான வாசகர் என்று கலைச்செல்வன் சிரித்தபடியே அறிமுகப்படுத்தினார். சில மணிநேரங்கள் இருந்தோம். அங்கே தொடங்கிய பேச்சு மூன்று நாட்களுக்கு ஓயவே இல்லை. நிறைய நடந்தோம். கொஞ்சம் சுற்றிப் பார்த்தோம். ஸென் ஆற்றில் பயணித்தோம். சில சந்திப்புகளும் நடந்தன. வானொலி நிலையத்தில் ஒரு நேர்காணலும். எனக்குப் புலம்பெயர் உலகை அறிய மிக முக்கியமான வாய்ப்பாக அந்த மூன்று நாட்களும் அமைந்தன.

வானொலி நேர்காணல் முடிந்த இரவு என்னை இரவு உணவுக்காக லா சாப்பல் கூட்டிவந்தார் கலைச்செல்வன். மிகவும் பிந்திவிட்டது. நாங்கள் வந்தபோது உணவு விடுதியை அடைத்துக்கொண்டிருந்தார்கள். கலைச்செல்வன் தமிழகத்தி லிருந்து ஒரு நண்பர் வந்திருக்கிறார் என்று சொல்வது கேட்டது. இரவு 11 மணிக்கு மீண்டும் கடையைத் திறந்து சமைத்து உணவு பரிமாறினார்கள். மிகவும் நெகிழ்ச்சியான நினைவாக இது மனத்தில் தங்கியிருக்கிறது.

நான் கிளம்பவிருந்த முதல் இரவு 'நான் பிழைவிட்டுவிட்டேன்' என்றார் கலைச்செல்வன். பெரிய சந்திப்பு ஒன்றை நடத்தும் எண்ணம் இருந்தது. பல திசைகளிலிருந்தும் பாயும் கேள்விகளை எப்படி எதிர்கொள்வீர்களோ என்று தயங்கிவிட்டேன். ஆனால் இப்போது அப்படி நடத்தியிருக்க வேண்டும் என்று நினைக்கிறேன் என்றார். எனக்குச் சிறு சந்திப்புகளே விருப்பமானவை என்பதைப் பகிர்ந்துகொண்டதும் சமாதானமானார்.

இதற்கு இரண்டு ஆண்டுகளுக்குப் பின்னர் கலைச்செல்வன் காலமானார். உண்மையில் அவர் வாழ்விலும் மரணத்திலும் எனக்கு எந்தவொரு இடமுமில்லை. மிகக் குறுகிய காலத்தில் உருவான ஆழமான நட்பு என்பதைத் தாண்டி எதுவும்

இருக்கவில்லை. இருப்பினும் நான் குற்ற உணர்வுக்கு ஆளானது எனக்கே விசித்திரமாக இருந்தது. நான் விரும்பும் பாரீசுக்கு இனி எப்படிப் போவது என்ற எண்ணமும் ஏற்பட்டது. 2005இல் கலைச்செல்வனுக்கு எழுதிய அஞ்சலிக் குறிப்பில் 'இனி பாரீஸ் செல்வது எனக்குச் சாத்தியமில்லை' என்று எழுதியிருக்கிறேன். இப்படி எல்லாம் உணர்ச்சிவசப்பட்டு எழுதுவது என் இயல்பே அல்ல.

2007இல் மீண்டும் ஜெர்மனி வந்தேன். ஆனால் பாரீசுக்கு வரவில்லை. அந்தப் பயணத்தில் என்னை பிராங்பர்ட்டில் சந்தித்த நண்பர் வாசுதேவன் அடுத்த ஆண்டு பாரீசுக்கு அழைத்தார்; தயக்கத்துடன் வந்து சென்றேன். அந்த உணர்வு காலப்போக்கில் குறைந்துவருகிறது எனினும் முற்றாக மறைய வில்லை. 'கலைச்செல்வனின் பிரதிகள்' நூலின் பிரசுரம் மனஅமைதியை வழங்கும் என்று எண்ணுகிறேன்.

❍

புலம்பெயர் சமூகம் பற்றிய என் முதல் அறிமுகம் 1993ஆம் ஆண்டு சுந்தர ராமசாமி டொரண்டோவுக்கும் லண்டனுக்கும் மேற்கொண்ட பயணத்தின்வழி ஏற்பட்டது. முக்கிய காரணம் அவர் ஊர் திரும்புகையில் கையோடு சுமார் 30 – 40 புலம்பெயர் இதழ்களையும் கொண்டுவந்தார். அவற்றை ஒன்றுவிடாமல் படித்தேன். ஒன்றுக்கு இரண்டுமுறை. ஒரு புதிய தமிழுலகம் எனக்குத் திறந்தது என்றால் மிகையில்லை. 2002ஆம் ஆண்டு கனடாவிலும் லண்டனிலும் பெர்லினிலும் பாரீசிலும் ஏற்பட்ட சந்திப்புகள், உரையாடல்கள் அப்புதிய உலகம் பற்றிய அறிதலை சிறிது ஆழப்படுத்தின. குறிப்பாக பாரீசில் சில பொதுச் சந்திப்புகள் நடந்தபடியால் நண்பர் வட்டத்தைத் தாண்டியும் பலரைச் சந்திக்க முடிந்தது. பாரீசில் இந்த உரையாடல்களை நிதானப்படுத்தியவர் கலைச்செல்வன். மேலும் ஆழமாக அயல் வாழ்வின் இருப்புநிலையைப் புரிந்துகொள்ளவும் வழிகோலினார்.

காலச்சுவடை மீண்டும் 1994இல் தொடங்கிய காலத்திலேயே புலம்பெயர் தமிழ் உலகின் முக்கியத்துவத்தை உணர்ந்து கொண்டோம். அக்காலம் இணையமும் கைபேசியும் எட்டாத காலம். எனவே ஐரோப்பாவிலிருந்து வெளிவந்த இதழ்கள் பற்றிய அறிமுகப் பகுதியை 'ஏழு கடல் தாண்டி' என்ற சிறப்புப் பகுதியில் 1995 ஆண்டிலிருந்து *காலச்சுவடு* இதழில் பிரசுரித்தோம். இதன் தொடர்ச்சியாகப் புதிய எழுத்துகளும் காலச்சுவடுக்குக் கிடைத்தன. பின்னர் நூல்களும் வெளிவந்தன.

தமிழகம் தாண்டிய தமிழுலகத்தின் மீதான *காலச்சுவடின்* கவனம், உரையாடல், கரிசனம் ஆகியவற்றின் தொடர்ச்சியாகவே புலம்பெயர் தமிழருடனான உறவையும் பார்க்கிறேன். *காலச்சுவடு* இதுவரை 900 நூல்களை வெளியிட்டுள்ளது. இதில் சுமார் 150 நூல்கள் தமிழகத்திற்கு அப்பால் வாழ்பவர்கள் எழுதியவை. இந்த உறவுகள் காலப்போக்கில் வலுவடைந்தும் விரிந்தும் வருகின்றன.

அயலுடன் தமிழக பதிப்பாளர்கள் கொள்ளும் உறவை அடிப்படையில் இரண்டாகப் பிரிக்கலாம். ஒன்று தமிழின் புதிய பரிமாணங்களைப் பதிப்பிக்கும் ஆர்வம். 'வாசகர் வட்டம்' 1968ஆம் ஆண்டு வெளியிட்ட 'அக்கரை இலக்கியம்' தொடங்கி இதற்கு ஒரு வலுவான மரபு இன்றுவரை உண்டு. இரண்டாவது, சுரண்டல். எனது ஒவ்வோர் அயல் பயணத்திலும் இந்த ஏமாறும் கதைகள் எனக்குத் திகட்டக் கிடைக்கும். இது பற்றிய ஒரு செய்தியை மட்டும் பகிரவிரும்புகிறேன். அயல் தமிழ் எழுத்தாளர்களில் அதிகம் இலங்கையராக இருந்தாலும் தமிழகப் புலம்பெயர் சமூகத்தின் எழுத்தாளர்கள் சிலரும் உண்டு. அயல்வாழ் தமிழகத் தமிழர்கள், சிங்கப்பூர், மலேசியா தமிழர்கள் ஆகியோரையும் தமிழக எழுத்தாளர்களையும் சுரண்டுவதில் எமது பதிப்பாளர்கள் வேறுபாடு பார்ப்பதில்லை. எல்லோரையும் ஒருபோலவே சுரண்டுகிறவர்கள் எனும் சமத்துவத்தின் நற்செய்தியை இங்கே பதிவுசெய்ய விழைகிறேன்.

புகலிட எழுத்தாளர்களுக்கான வாசக ஆதரவு தமிழகத்தில் மட்டாகவே இருந்து வருகிறது. வாழும் எழுத்தாளர்களில் சேரன், வ.ஐ.செ. ஜெயபாலன், ஷோபாசக்தி, அ. முத்துலிங்கம் ஆகியோர் நீங்கலாக தமிழகத்தில் கவனம்பெறும் படைப்பாளிகள் அதிகம் இல்லை. இது குறைவு என்று நீங்கள் நினைத்தால் இந்தப் பட்டியலில் இலங்கை, மலேசியா, சிங்கப்பூர், அயல் தமிழக எழுத்தாளர்கள் எவரும் இன்றுவரை இல்லையென்பதையும் நினைத்துக்கொள்ள வேண்டும். இதில் பெரிய மாற்றத்தை எதிர்பார்க்க முடியாது; எனினும் மெதுமெதுவாக இந்த வட்டம் விரிவடையும் என்று நம்புகிறேன். ஏமாற்றும் கலை தழைக்க வேண்டுமென்றால் ஏமாறும் கலையும் தழைப்பது அவசியம். எனவே கவனம் எடுக்க வேண்டிய பொறுப்பு புலம்பெயர் எழுத்தாளர்களுக்கும் உண்டு. அரசியல் சார்புகள், உடன் புகழ் பெறும் கனவுகள், நட்சத்திர மயக்கங்கள் எனச் சில எழுத்தாளர்களின் பொதுவான பலவீனங்களைப் புலம்பெயர் படைப்பாளர்களிடமும் காண்கிறேன். எந்த ஒரு தொழில்சார் உரையாடலையும் 'பணம் பிரச்சனையில்லை' என்ற தொடருடன்

தொடங்க வேண்டாம் என்ற பாலபாடத்தை நான் ஏன் உங்களுக்குச் சொல்ல வேண்டியுள்ளது என்று அதிசயிக்கிறேன். நமது பலவீனங்களைப் பிறர் சுரண்டுவர் என்பது இனம், மொழி, தேசம் கடந்து ஓர் அடிப்படையான மனித குணம். இதைத் தமிழகத்தவரின் தனிச் சிறப்பாகக் காணத் தருக்கம் எதுவும் இல்லை. இருப்பினும் ஒரு பதிப்பாளராக அவமானம் கொள்வதைத் தவிர்க்க முடிவதில்லை.

○

தமிழ் வாசிப்போருக்குப் புலம்பெயர் எழுத்துகளை உள்வாங்கிக் கொள்ளுதல் மிக முக்கியமானது என்று நினைக்கிறேன். ஏனெனில் இந்நாள்வரை மொழிபெயர்ப்புகள் வழி மட்டுமே அறியக்கூடியதாக இருந்த அனுபவங்களைப் புலம்பெயர் படைப்பாளிகளால் தமிழிலேயே படைக்க முடியும். புலம்பெயர் சமூகம் தாம் வாழும் நாடுகளின் பிற சமூகங்களுடன் இன்னும் ஆழமாக உறவு கொள்ளும்போது அவர்கள் வெளிப்பாடுகள் இன்னும் விரிவடையும். புலம்பெயர் நாடுகளில் பிறந்த தலைமுறையினருக்கு இது இயல்பாகவே கைகூடுகிறது. தமது நாட்டு மொழிகளில் படைக்கத் தொடங்கியிருக்கும் தமிழ் இளைய தலைமுறையினர் புலம்பெயர் சமூகம் என்ற வரையறைகளை உடைத்துக்கொண்டு படைப்புகளைப் பிரசுரித்துக் கவனம் பெறுவதை மகிழ்ச்சியோடு கவனித்துவருகிறேன்.

○

புலம் பெயர்ந்து வாழ்பவர்கள் சில அரிய வாய்ப்புகளைப் பெற்றுள்ளனர். இன்னொரு மொழி புழங்கும் சூழலில் வாழ்கின்றனர். இன்னொரு மொழியைக் கற்க வேண்டிய கட்டாயத்திலும் உள்ளனர். பாரதியும் புதுமைப்பித்தனும் எட்டிப் பாய்ந்து படித்துத் தமிழுக்குக் கொணர்ந்த அயல் உலக நடப்புகள், படைப்புகள், சிந்தனைகள் இவர்கள் காலடியில் கிடக்கின்றன. தமிழக ஆளுமைகள் தமக்கு வழங்கப்பட்ட வாய்ப்புகளைப் பயன்படுத்திப் பல இந்திய மொழிகளிலிருந்தும், ஆங்கிலம், பிரஞ்சு, ஜெர்மன் மொழிகளிலிருந்து நேரடியாகத் தமிழுக்கும் இன்னும் பல உலக மொழிப் படைப்புகளை ஆங்கிலம் வழியாகவும் கொண்டுவந்துள்ள நூல்களை எண்ணிப்பார்க்கிறேன்.

இன்றைய தமிழ் மொழிபெயர்ப்புக் களஞ்சியத்தில் 95% தமிழக ஆளுமைகளால் கொணரப்பட்டவை. தமிழகத்திற்கு அப்பால் வாழும் தமிழர்கள், இலங்கைத் தமிழர், சிங்கப்பூர்

– மலேசியத் தமிழர்கள், புலம் பெயர்ந்து வாழும் இலங்கை, இந்தியத் தமிழர் ஆகியோரின் மொத்த மொழிபெயர்ப்புப் பங்களிப்பு குறைவு. சிங்களம், சீனம், மலேய், ஐரோப்பிய மொழிகள் இவற்றிலிருந்து கொணர்ந்த மொழிபெயர்ப்புகள் இத்தனை அரிதாக இருப்பதற்கோ, இல்லாமலே இருப்பதற்கோ என்ன காரணம்? நாம் விவாதிக்க வேண்டிய, புரிந்துகொள்ள வேண்டிய விஷயம் இது. அவசியம் மாற்றத்தை ஏற்படுத்த வேண்டிய நிலையும்கூட.

10 மார்ச், 2019 அன்று பாரிஸ், ரோயோ டி சரோனில் நிகழ்ந்த 'கலைச்செல்வனின் பிரதிகள்' வெளியீட்டு விழாவில் நிகழ்த்திய உரை.

காலச்சுவடு, ஜூன் 2019

தமிழ் நூல்களின் பயணம்

ஒரு நூலின் பயணம் என்பது என்ன? ஒரு வாசகரைச் சென்றடைவது அதன் பயணம். அது அச்சுடப்பட்ட நூலாக இருக்கலாம். மின்னூலாக இருக்கலாம். ஒலி/ஒளி நூலாக இருக்கலாம். இந்தப் பயணம் இன்றி ஒரு நூலின் உருவாக்கத்திற்குப் பொருள் இல்லை. ஒரு நூலகத்தில் இருக்கும் நூல், ஒரு புத்தக நேசரால் வாசிக்கப்படும்வரை அதன் பயணம் நிகழ்வதில்லை. அதுவரை அது ஒரு ஜடப்பொருள்தான். ஒரு நூல் வாசிக்கப்படும்போது அதன் கருத்து, அனுபவம், தகவல்கள், அழகியல், நூலின் வாசனை, தாளின் நயம், முன் அட்டையின் சித்திரம் எல்லாமே வாசகரை நோக்கிப் பயணிக்கின்றன. அவருடைய உணர்வுகளைப் பாதிக்கின்றன, சிந்தனையைத் தூண்டுகின்றன, உணர்ச்சிகளை எழுப்புகின்றன. வாசிப்பின் வழி ஒரு நூல் உயிர்ப்பிக்கப்படுகிறது. மீண்டும் ஒரு தேர்ந்த வாசகர் வாசிக்கையில் அது புத்துயிர்ப்புக் கொள்கிறது. ஆக ஒரு நூல், கைப்பிரதி அல்லது ஒரு மென்கோப்பு எனும் ஜடப்பொருளின் நிலையிலிருந்து வாசகரின் அகத்தில் கொள்ளும் மலர்ச்சியையே ஒரு நூலின் பயணம் என்கிறோம்.

இப்பயணத்தின் அடிப்படை நூலின் உள்ளடக்கம். இந்த உள்ளடக்கம் என்பது நூலாசிரியரின் சிந்தனை, ஆய்வு அல்லது படைப்புத் திறனிலிருந்து உருவாகிறது. ஆனால் அந்த முதல் வெளிப்பாடு என்பது முழுமைபெற்று உருவாவது அரிது. இந்த இடத்தில் ஒரு பதிப்பகத்தின் பணி தொடங்குகிறது.

இன்றைய நடைமுறையில் பெரும்பான்மையான தமிழ்ப் பதிப்பகங்கள் நூலாசிரியருக்கும் அச்சகத்திற்கும் இடைப்பட்டுச் செயல்படும் முகவராகவும் பின்னர் விநியோகத்தைக் கவனிக்கும் தொழில் மையங்களாகவும் செயல்படுகின்றன. நூலாசிரியர் தரும் பிரதியை வாசகருக்கு வழங்கும் முன்னர் அதைத் தகுதிப்படுத்துவது எனும் பணியை மேற்கொள்ளும் பதிப்பகங்கள் அரிது. இருப்பினும் இது இன்றியமையாத பணியாகும்.

ஒரு பதிப்பாளர் இலக்கிய ஆய்வு நூல்கள் வெளியிடுபவராக இருக்கலாம் அல்லது வெகுமக்கள் வாசிப்புக்கான நூல்களை வெளியிடலாம் அல்லது தன்னம்பிக்கை நூல்களைப் பிரசுரிப்பவராக இருக்கலாம். இவை அனைத்துக்குமே பிரதியைச் சீரமைக்கும் பணி அவசியமானது. சமையல் நூலிலிருந்து ஜோசிய நூல்கள்வரை, நூல்களின் கருப்பொருள் தெளிவாக, சொற்களின் விரயமின்றிச் சொல்லப்படுவது அவசியம். கருவிலே திருவுடையவர்களைப் பற்றி ஒன்றும் சொல்வதற்கில்லை. மற்ற எழுத்தாளர் அனைவருக்குமே பதிப்பகத்தின் பங்களிப்பு அவசியமானதுதான்.

ஒரு நல்ல எடிட்டரின் (செம்மையாக்குநர்) பங்களிப்பில் பதிப்பகத்தை வந்தடையும் பிரதி மேம்படும், மூடுண்டிருக்கும் பிரதிகள் மலர்ச்சியடையும், சில மீளுருவாக்கம் பெறும். இதனால் நூலாசிரியரின் புகழுக்குக் களங்கம் எதுவும் இல்லை. நூலாசிரியரின் பங்களிப்பே முதன்மையானது, இன்றியமையாதது. நானறிந்த ஒரு சீரிய ஆங்கில எடிட்டர் 20 ஆண்டுகளுக்கு முன்னர் ஒரு நாவல் எழுதத் தலைப்பட்டார். இன்று அது யார் நினைவிலும் இல்லை. மேம்படுத்துதல் அவருக்கு கைவந்த கலை என்பதால், மொழி சார்ந்த நுட்பமும் படைப்பின் நுட்பமும் உணர்ந்தவர் என்பதாலேயே அவர் படைப்பாளியாகிவிட முடியாது. இது எதை உணர்த்துகிறது என்றால், படைப்பாளி கொடுத்த பிரதியை மேம்படுத்துவதால் படைப்பாளியின் இடத்தை யாரும் பதிவீடு செய்ய முடியாது என்பதைத்தான்.

ஒரு நூலின் பயணத்தில் அதன் உள்ளடக்கம் முக்கியமானது, ஆனால் இன்னும் பல செய்திகள் நூலின் பயணத்தை மேலும் துரிதப்படுத்த முடியும். உதாரணத்திற்கு ஒரு தகுதியான முன்னுரை. தமிழில் ஆசியுரை, அருளுரை, ஞான உரை, வாழ்த்துரை எனப் பாதி நூலுக்கு ஆளுமைகளை அடுக்கிவிடும் பழக்கம் உண்டு. இதனால் சான்றோர் மகிழலாம் ஆனால் நூல் துலங்காது. ஆனால் தகுதியான ஒரு முன்னுரை நூலை வளப்படுத்திவிடும்.

ஒரு வாசகர் புத்தகச் சந்தையின் புழுக்கத்தில் வதங்கியபடி ஒரு நூலைக் கையிலெடுக்கிறார். அவர் அறியாத நூலாசிரியர்.

பதிப்பும் படைப்பும் 39

நூலை வாங்குவதா வேண்டாமா? ஒரு புதிய வாசகரை நோக்கித் தன் நூல் பயணிப்பது நூலாசிரியருக்கு இன்றியமையாதது. அந்த 30 வினாடிகள் நூலைப் புரட்டி நூலின் சிறப்பை உணர முடியாது. முதல் பத்தி? சரி, தெளிவாக உள்ளது. நூலின் அழகியல்? அருமை! பின்னட்டைக் குறிப்பு? தெளிவானது, சுருக்கமானது. இவை எல்லாமே முக்கியம். மிக முக்கியம். எப்படி நல்ல கருத்துக்களையுடைய பிரதி படைப்பின் அழகியலின்றி இலக்கிய நயமின்றி இருப்பின் நாவலாகாதோ அதுபோல ஒரு நல்ல பிரதி நூலுக்கான அழகியலுணர்வின்றித் தயாரிக்கப்பட்டால் வாசகர் கையில் சோபிக்காது. அத்தகைய ஒரு மதிப்பை நூலின் மேல் ஏற்றுவதற்குச் சீரிய பதிப்பாளரால் மட்டுமே முடியும். நல்ல பதிப்பாளரால் நூலுக்குச் சில வண்ணங்களை வழங்க முடியும்.

இவ்வளவும் அணியம்செய்த ஒரு நூல் தனது பயணத்திற்குத் தயார் நிலையிலுள்ளது!

இப்போது முன்னர் குறிப்பிட்ட பயணத்திற்கான இரண்டு பாதைகளின் – அதாவது தமிழுலகப் பயணம், அயல்மொழிப் பயணம் – இந்தச் சந்திப்பில் நிற்கிறது. ஏதேனும் ஒரு பாதையைத் தேர்வுசெய்ய வேண்டிய அவசியம் இங்கு இல்லை. இரண்டு பாதைகளிலும் ஒரு நூல் பயணிக்கலாம். பயணிக்க வேண்டும். அப்பயணங்களின் பண்பும் பயன்பாடுகளும் வேறானவை.

முதலில் தமிழுலகப் பயணத்தைக் கவனிப்போம் . தமிழுலகப் பயணம் என்பது தமிழகம் தழுவிய பயணம் மட்டுமல்ல என்பது கவனத்தில் கொள்ளப்பட வேண்டியது. தமிழுலகம் என்பது இன்று தெற்காசிய நாடுகளான இலங்கை, மலேசியா, சிங்கப்பூர் ஆகியவற்றோடு கடந்த 50 ஆண்டுகளில் இலங்கைத் தமிழர்கள் பெருமளவுக்குப் புலம் பெயர்ந்த மேற்கு ஐரோப்பிய நாடுகள், கனடா, தமிழகத்தவர்கள் பணி நிமித்தம் புலம் பெயர்ந்த அரேபிய நாடுகள், அமெரிக்கா போன்ற பல பிரதேசங்களையும் உள்ளடக்கியது.

தமிழுலகில் ஒரு தமிழ் நூல் இன்று முக்கியமாக இரண்டு வடிவங்களில் பயணிக்கிறது. அச்சிட்ட பிரதி. மற்றது மின்னூல்.

இன்று பெரும்பான்மையான தமிழ் வாசகர் கைக்கொள்ளும் வடிவமாக அச்சு நூல் உள்ளது. இன்றைய சூழலில் அச்சு நூல், மின்னூல் இரண்டுக்குமே சாதகங்களும் பாதகங்களும் உள்ளன. இன்றைய வாழ்க்கை முறையில் நூல்களுக்காக ஒரு அறையை ஒதுக்குவது, அல்லது கணிசமான இடத்தைக் கொடுப்பது பலராலும் முடியாது. பெரிய வீட்டில் வசிக்கும்

வசதி இருந்தால் சாத்தியப்படலாம் அல்லது முழுக் குடும்பமும் புத்தகப் பண்பாட்டில் தோய்ந்திருந்தால் சாத்தியப்படலாம். பயணங்கள் நூல்களைப் படிக்கத் தோதுவானவை. ஆனால் இன்று விமானங்களில் கொண்டு செல்லக்கூடிய எடை ஆகக் குறைவு. பெரும் நூல்களைக் கையில் தாங்கிப் படிக்க எல்லோராலும் இயலுவதில்லை. இதுபோன்ற பல காரணிகள் மின்னூல்களின் தேவையை வலியுறுத்துகின்றன. மின்னூல்களில் இன்னும் பல வசதிகள் உண்டு. இரவில் பிறரைத் துன்புறுத்தாமல் கிண்டிலின் உள் ஒளியில் வாசிக்க முடியும். கைக்குச் சுமையாக இல்லாத எடை. எழுத்துருக்களை மாற்றும் சாத்தியம், சுற்றுச் சூழலுக்குகந்த உருவாக்கம் என்று பல சாதகங்கள் உண்டு. குறிப்பாகப் புத்தகக் கடைகள் இல்லாத தமிழகத்தின் சில வட மாவட்டங்கள், இந்தியாவின் பிற பகுதிகளில் வாழும் தமிழர்கள், அயலில் வாழ்பவர்கள் ஆகியோர் தமிழ் அச்சு நூல்களைப் பெறுவதில் பல கஷ்டங்கள் உள்ளன. குறிப்பாக அயலில் வாழ்பவர்கள் நூல்களைத் தபால் வழி தருவித்தலில் பொருட் செலவு அதிகம். இத்தகைய சூழல்களில் மின் நூல்கள் தொலைவுகளைக் கடந்து வாசகரை உடனுக்குடன் எட்டுகின்றன.

சில ஆண்டுகளுக்கு முன்னர்வரை உலகெங்கும் பதிப்புத் துறை சார்ந்த கூடுகைகளில் விரைவில் அச்சு நூல் மறைந்துவிடும், இனி மின்னூல்கள் மட்டுமே தழைக்கும் என்று பேசப்பட்டது. தொழில்நுட்பக் கத்துக்குட்டிகள் பெரும் பதிப்பாளர்களை நோக்கிப் பல சாபங்களை வீசினர். பதிப்புலகிற்குப் பெரும் பங்களித்த ஆளுமைகள் பலர் மனங்கலங்கி நிற்பதைக் கண்டு குமுறியிருக்கிறேன்.

வரலாறு தொழில்நுட்பத்தால் மட்டும் தீர்மானிக்கப் படுவதில்லை. தொழில்நுட்பத்தின் தாக்கத்தை மறுப்பது மூடத்தனம். ஆனால் தொழில்நுட்பம் பண்பாட்டின் செல்வாக்கிற்கு உட்பட்டது என்பதை உணராதிருப்பது அறியாமை. அச்சு இயந்திரங்கள் வந்ததும் ஓலைச்சுவடி மறையவில்லை. அதற்கு 200 ஆண்டுகள் ஆனது. ஏனெனில் அது தொழில்நுட்ப மாற்றம் மட்டுமல்ல பண்பாட்டின் மாற்றம். அதே நேரம் கைகளால் அச்சுக் கோக்கும் முறை நீங்கிக் கணினியில் கோக்கும் முறை ஆதிக்கம்பெற 10 ஆண்டுகளே ஆயின. காரணம் அது அதிகமும் தொழில்நுட்ப மாற்றம் மட்டுமே.

அச்சு நூல்களின் வருகைக்கு எதிர்நிலையில் ஓலைச் சுவடிக்கும் கணினித் தொழில்நுட்பத்தை எதிர்கொள்ள அச்சுக் கோக்கும் முறைமைக்கும் சாதகங்கள் இருக்கவில்லை. ஆனால்

மின்னூல்களின் முன்னர் அச்சு நூல்களுக்குச் சாதகங்கள் உள்ளன.

அச்சு நூல்களின் சாதகங்களைப் பார்க்கும் முன்னர் முந்தைய கூற்றின் ஒரு விதிவிலக்கான அம்சத்தைக் கவனிப்போம். இது உலகப் பொதுவானது அல்ல. கணினித் தொழில்நுட்பம் ஒரு அபாரமான பாய்ச்சல் என்றாலும் தமிழில் அது ஏற்படுத்திய இழப்புகளும் உண்டு. தமிழையும் தொழில்நுட்பத்தையும் இணைத்த பல முன்னோடிகள் தமிழைவிடத் தொழில்நுட்பத்தில் தேர்ந்தவர்கள். இதனால் பெரும்பான்மையான எழுத்துருக்கள் இன்றும் வாசிக்கக் கொடுமையாக உள்ளன. பல எழுத்துகள் முறையாக வடிவமைக்கப்படவில்லை. பல எழுத்துருக்களில் நுணுக்கமான வேறுபாடுகளை – உதாரணத்திற்கு ஒ வுக்கும் ஓ விற்கும் – இவை தவறவிட்டுள்ளன. அத்தோடு அச்சுக் கோத்தவர்கள் சுயமாகவேனும் தமிழை ஓரளவு கற்றுத் தேறாமல் பணியாற்ற முடியாது. மெய்ப்புப் பார்த்த பின் திருத்துவது எளிதல்ல என்பதால் பிழைகள் பல இருக்கக் கூடாது. அதிகப் பிழைகள் நேர்ந்தால் முழுப்பக்கத்தை மீண்டும் கோக்க வேண்டிவரும். மாறாகத் தமிழ் அறியாமல் கணினியில் அச்சுக் கோத்தவர்களே அதிகம். அவர்களுக்குக் கணினி தெரியும், தமிழ் தெரியாது. எனவேதான் இன்று சீரிய தொழில்நுட்பம் கைவசம் இருந்தும் பல சமயங்களில் நூல்களின் பக்க வடிவமைப்பு பார்க்கவும் அழகியலோடு இருப்பதில்லை, பிழைகளும் மலிந்துள்ளன.

ஓரிரு ஆண்டுகளுக்கு முன்னர் தனியாக 50 மின்னூல் களுக்கு ஒரு நூல் அட்டவணை தயாரித்தேன். அதைச் சென்னை புத்தகச் சந்தையில் என் மேசையில் வைத்து இளையர்களாகப் பார்த்துக் கொடுத்தேன். ஐடி துறையில் பணியாற்றிய பலரும் அதைக் கையில்கூட வாங்கவில்லை. அச்சு நூல்கள்தான் வேண்டும் என்றார்கள். இந்தப் போக்கு இன்று பல இடங்களிலும் தலைகாட்டுகிறது. பதின்பருவத்தினர்கூட அச்சு நூல்களை விரும்புவதாகத் தெரிகிறது.

அச்சக நூல் தரும் உடைமை உணர்வை மின்னூல்கள் தருவதில்லை. ஒரு வாசகருக்குச் சில நூல்களின் பதிப்புகளோடு ஆழமான ஒட்டுதல் ஏற்படும். அவற்றைப் பொக்கிஷமாகப் பாதுகாப்பார்கள். அதற்குக் காரணம் பல இருக்கலாம். ஆகச் சிறந்த பதிப்பாக இருக்கலாம், முதல் காதலன் கொடுத்த பரிசாக இருக்கலாம், முதல் சம்பளத்தில் வாங்கிய நூலாக இருக்கலாம், தந்தையார் விட்டுச்சென்ற சொத்தாக இருக்கலாம். மனம் கவர்ந்த எழுத்தாளரிடம் கையெழுத்துப் பெற்ற நூலாக இருக்கலாம். இத்தகைய உணர்வு, உறவு ஒரு மின்னூலுடன் சாத்தியமில்லை.

ஒரு நூல் வாங்குகிறீர்கள். பின்னர் அது தடை செய்யப்படுகிறது. இப்போது உங்களிடமிருக்கும் நூல் உங்களுடையதுதான். ஆனால் நீங்கள் கிண்டிலில் ஒரு நூல் வாங்குகிறீர்கள். அதன்மீது ஒரு புகார் வருகிறது. அமேசான் அதை விற்பனை செய்வதில்லை என்று முடிவு செய்கிறது. இப்போது நீங்கள் வாங்கிய நூல் கிண்டிலிலிருந்து மறைந்துவிடும். அதாவது நீங்கள் கிண்டிலில் வாங்கும் மின்னூல்கள் உங்களுக்கு உடைமையாவது இல்லை. அவை உங்களுக்கு இரவல் தரப்படுகின்றன, அவ்வளவுதான். அந்த இரவல் நிரந்தரமானதாக இருக்கலாம் அல்லது திரும்பப் பெறப்படலாம். நீங்கள் வாங்கிய மின்னூல்களை 100 ஆண்டுகளுக்குப் பிறகு படிக்க முடியுமா? இந்தத் தொழில்நுட்பம் அன்றும் தழைக்குமா? இந்தக் கேள்விகளுக்குச் சரியான பதில் இல்லை. ஆனால் நீங்கள் இன்று வாங்கும் அச்சு நூல்களை முறையாகப் பாதுகாத்தால் 100 ஆண்டுகளுக்குப் பிறகும் படிக்க முடியும். நாம் 20ஆம் நூற்றாண்டின், 19ஆம் நூற்றாண்டின் பதிப்புகளை இன்றும் படிக்கிறோம். அதேபோல ஒரு வழக்கில் நீங்கள் ஒரு நூற்றாண்டுக்கு முந்தைய நூலைச் சாட்சியமாக, ஆவணமாகச் சேர்க்க முடியும். ஒரு மின்னூலுக்கு அந்த மதிப்பு இல்லை. ஏனெனில் மென்கோப்புகள் அனைத்தையுமே மாற்ற முடியும், திரிக்க முடியும்.

இன்று 19, 20 வயதான தலைமுறை இணையத்துடன் ஸ்மார்ட் போனுடனும் சமூக வலைதளங்களுடனும் வளர்ந்தவர்கள். இவர்களை இணையம் எனும் திணைப் பரப்பின் மண்ணின் மைந்தர்கள் எனலாம். இவர்கள் வாசிப்பைப் பற்றி அமெரிக்காவில் மேற்கொள்ளப்பட்ட ஆய்வில் அவர்கள் அச்சு நூல்களை விரும்புவது வியப்புடன் கவனிக்கப்பட்டது. அச்சு நூல்களை அவர்கள் கூடுதல் கவனத்துடன் படிக்கிறார்கள், நன்றாக நினைவில் கொள்ள முடிகிறது, செய்திகளைப் பக்க எண்களுடன் தொடர்புபடுத்தி நினைவில் கொள்கிறார்கள். அத்தோடு முக்கியமான விஷயம் அச்சு நூல்களைப் படிக்கையில் முழுக்கவனமும் படிப்பில் இருப்பதாகவும் மின் நூல்களைப் படிக்கையில் அதே சாதனத்தில் பல திக்குகளுக்குச் சென்று விளையாடுவதால் கவனச் சிதைவு ஏற்படுவதாகவும் நினைக்கிறார்கள். *(Millennials Prefer Physical Books Over Digital Version, Times of India, May 24, 2018)*

இப்படியாக அச்சு நூல்களுக்கான தேவை தொடர்ந்து இருந்துகொண்டிருக்கும் என்பது தெளிவாகிவிட்டது.

ஆகவே சமீபகாலமாக அச்சு நூல்களின் மரண அறிவிப்புகள் நின்றுவிட்டன. உலகெங்கும் மின் நூல்களின்

வளர்ச்சி மட்டுப்பட்டுவருகிறது. தொழில்நுட்பங்களை உடன் அணைத்துக்கொள்ளும் அமெரிக்காவிலும் அதற்கு இப்போது பழைய மவுசு இல்லை. மின்னூலும் அச்சு நூலும் கூட்டாகத் தழைக்கும் என்பதே வலுப்பெற்றுவரும் எண்ணம்.

தமிழ் அச்சு நூல்களின் விநியோகம் என்பது கடினமான பணியாகவே உள்ளது. விநியோகப் பொறுப்பிலிருந்து பதிப்பாளரை விடுவிக்கும் நூல் விநியோகஸ்தர்கள் இல்லை. தமிழகத்தில் பல மாவட்டங்களில் ஒரு புத்தகக் கடைகூட இல்லை. இருக்கக்கூடிய புத்தகக் கடைகளும் பரப்பளவில் சிறியவை. தமிழில் வெளியாகும் அனைத்து நூல்களையும் விற்பனையில் வைக்கும் புத்தகக் கடைகள் இல்லை. இத்தொழில் லாபம் கொழிப்பது அல்ல. இருப்பினும் புத்தக நிலையம் என்பது பண்பாட்டுத் ஸ்தலமும்கூட. எனவே பல நாட்டு அரசாங்கங்கள்போல தமிழ்ப் புத்தகக் கடைகள் நடத்த நமது அரசும் உதவலாம். தமிழ் வளர்க்கச் சிறந்த வழி இது.

போதுமான புத்தகக் கடைகள் இல்லாத இடைவெளி தற்போது இரண்டு விதங்களில் நிவாரணம் பெறுகிறது. நூல்களை இணையத்தில் வாங்குதல். மற்றது புத்தகச் சந்தைகள். இணையத்தில் ஏற்கெனவே அறிந்த நூலை வாங்கிடலாம். புதிய நூலைக் கண்டெடுக்கப் புத்தகக் கடைகள் அவசியம். நிதானமாக நின்று புரட்டுவது, அங்கும் இங்குமாகப் படித்துப்பார்ப்பது என வாசகர் விரும்பும் பல இன்பங்கள் இதில் கிடைக்கும். மற்றது வெவ்வேறு வாசக ரசனைக்கு ஏற்ப வடிவமைக்கப்பட்ட புத்தகக் கடைகளை உருவாக்க முடியும்.

புத்தகச் சந்தைகள் தமிழகத்தில் பெருகிவருதல் முக்கிய மானது. பெரியவையாகச் சிலவும் சிறியவையாகப் பற்பலவும் நடக்கின்றன. இவை வாசகருக்கும் பதிப்பாளருக்கும் பெருந்துணையாக உள்ளன.

தமிழர் வாழும் பிற நாடுகளில் புத்தகக் கடைகள் சில உள்ளன. இலங்கையில் ஒரு பெரும் கடை கொழும்பில் உள்ளது. மலேசியாவிலும் சிங்கப்பூரிலும் தமிழ்ப் புத்தகக் கடைகள் உள்ளன. பாரிஸில் லா சாப்பலில் இரண்டு மூன்று புத்தகக் கடைகள் உள்ளன. லண்டனிலும் ஒரு சிறிய கடை தனிநபர் ஒருவரின் ஆர்வத்தில் நஷ்டத்துடன் தொடர்கிறது. உலகிலேயே ஈழத்துத் தமிழர்கள் அதிகம் வாழும் நகரமாக டொரோண்டோ கருதப்பட்டாலும் இரு சிறு புத்தகக் கடைகளே இங்கு உள்ளன.

இது தமிழ் நூல்களின் தமிழுலகப் பயணத்தின் மங்கலானதொரு வரைபடம்.

இனி தமிழ் நூல்களின் அயல்மொழிப் பயணம் பற்றிப் பார்ப்போம்.

பிற மொழி இலக்கியங்களைத் தமிழில் மொழி பெயர்ப்பதில் தமிழ் அறிவுலகமும் பதிப்புலகமும் எப்போதும் ஆர்வத்துடனேயே செயல்பட்டுவந்துள்ளன. தேசிய இயக்கத்தின் பின்புலத்தில் வங்காள இலக்கியத்தை மொழி பெயர்ப்பதைத் தொண்டாகக் கருதி இயங்கிய மொழி பெயர்ப்பாளர்கள் பலர். வங்காள நவீன கிளாசிக்குகளில் கணிசமானவை தமிழுக்கு வந்துள்ளன. இவையும் இன்னும் பல இந்திய மொழி இலக்கிய மொழிபெயர்ப்புகளும் தமிழில் கவனமும் மதிப்பும் பெற்றவை. சாகித்திய அகாதமி நூல்கள் இந்திய மொழிகளில் அதிகம் விற்பனையாவது தமிழில்தான் என்பது இதற்குச் சான்று. ஆனால் அதே வேகத்தில் தமிழ் நூல்கள் பிற மொழிகளுக்குச் சென்றதில்லை. தமிழ் செம்மொழி இலக்கியத்தை ஆங்கிலத்தில் மொழிபெயர்ப்பதில் பேராசிரியர்கள் பலர் கொண்ட ஆர்வம் அதற்கப்பால் விரியவில்லை. தமிழுக்கும் பிற மொழிகளுக்கும் நூல்களின் கொடுக்கல் வாங்கலை உத்தேசமாகக் கணக்கெடுத்ததில் ஒவ்வொரு மொழியிலிருந்து தமிழுக்கு வந்த நூல்களைவிடத் தமிழிலிருந்து சென்ற நூல்களின் எண்ணிக்கை குறைவாகவே உள்ளது.

தமிழ் இலக்கியங்கள் எதுவும் வங்காள மொழியில் கவனம் பெற்றதற்கு எந்தச் சான்றும் இல்லை. பிற இந்திய மொழி இலக்கியங்களையும், இந்தி நீங்கலாக, வங்காள அறிவுலகம் பொருட்படுத்தியதில்லை. கிட்டத்தட்ட இதே நிலைதான் 'தேசிய' மொழியான இந்தியிலும். இருப்பினும் அவர்கள் தேசியத்தின் மையத்தில் உள்ளனர். அனைத்து மொழி இலக்கியங்களையும் மொழிபெயர்த்துப் படிக்கும் நாம் தேசிய கவனத்தின் விளிம்பில் உள்ளோம்! அத்தோடு தமிழுக்கு உள்ளும் வெளியிலுமாக மொழிபெயர்த்தவர் பலரும் தமிழர்களாகவே உள்ளனர். மலையாளம் நீங்கலாகப் பல மொழிகளுக்குத் தமிழ் நூல்களைக் கொண்டுசென்றவர்களும் தமிழர்களே. உதாரணத்திற்குக் கன்னடம், இந்தி, தெலுங்கு, வங்காளம் ஆகிய மொழிகளுக்குத் தமிழ்ப் படைப்புகளை மொழிபெயர்த்த சரஸ்வதி ராம்நாத், ஹெச். பாலசுப்ரமணியம், மீனாட்சி பூரி, சௌரி ராஜன், பத்மாவதி, ஏ. பவானி (இந்தி), உள்ளூர் பரமேஸ்வர ஐயர் (மலையாளம்), நல்ல தம்பி, தமிழ்ச் செல்வி (கன்னடம்), கௌரி கிருபானந்தன் (தெலுங்கு), சு. கிருஷ்ணமூர்த்தி (வங்காளம்) ஆகியோர் தமிழர்களே (முழுமையான பட்டியல் அல்ல).

பிற மொழிகளுக்குத் தமிழ்ப் படைப்புகள் பயணிப்பது குறைவாக இருக்கப் பல காரணங்கள் உள்ளன. பல இந்திய மொழிச் சூழல்களைவிடத் தமிழ் அறிவுலகத்தினருக்கும் பதிப்பாளர்களுக்கும் இந்திய, உலக அளவிலான தொடர்புகள் குறைவு. தமிழ்ச் சூழலை இந்திய, உலகச் சூழலோடு இணைக்க வேண்டிய தமிழக ஆங்கிலப் பேராசிரியர்கள் பலரும் தமிழ்ப் பற்றின்றி உள்ளனர். அய்யப்பப் பணிக்கர், கே. சச்சிதானந்தம், யூ.ஆர். அனந்தமூர்த்தி, ஜாதிந்திரா கே. குமார் நாயக், சுகந்தா சௌத்ரி போன்றோர் தமது மொழிக்கும் இந்திய உலகச் சூழலுக்கும் இணைப்புகளாகச் செயல்பட்டார்கள், இயங்கிவருகிறார்கள். அதுபோல அகில இந்தியக் கல்வி நிறுவனங்களில் பணியாற்றும், தமிழ் இலக்கிய ஆர்வமும் உலகிற்கும் தமிழுக்கும் பாலமாகச் செயல்படும் ஆற்றலும் கொண்ட பேராசிரியர்கள் மிகக் குறைவாகவே உள்ளனர். இந்திய ஆங்கில ஊடகங்களில், பதிப்பகங்களில், பண்பாட்டு நிறுவனங்களில் தமிழ்ப் பண்பாட்டோடு பிணைப்புடைய தமிழர்கள் கிட்டத்தட்ட இல்லை.

பண்பாட்டுத் தளத்தில் தனித்த தீவாகவே தமிழுலகு இயங்கிவருகிறது. அறிவுலகத் தொடர்புகள் இன்றித் தமிழ் நூல்கள் பிற மொழிகளுக்குப் பயணிப்பது சாத்தியமில்லை. பதிப்பாளர்கள் பலருக்கும் தமிழே அவர்களின் ஒரே தொடர்பு மொழியாக உள்ளது. இந்தி பேசத் தெரியாமல் இருப்பது தில்லி உலகப் புத்தகச் சந்தை போன்ற நிகழ்வுகளுக்குச் செல்ல முடியாத மனத் தடையை ஏற்படுத்திவிடுகிறது. இதனால் தமிழ்ப் பதிப்பாளர்களின் தொடர்புகள் விரிவடையும் அரிய வாய்ப்பு தடைப்படுகிறது. தமிழகத்திற்கு அப்பால் உரையாட, தொடர்புகளைப் பேண எளிய ஆங்கிலம் அறிந்திருக்க வேண்டிய அவசியம் உள்ளது. இதுவும் பலருக்குத் தடையாக உள்ளது. இவை எல்லாவற்றையும்விடத் தமிழ் நூல்களின் பயணத்தைச் சாத்தியப்படுத்தும் பேரார்வம் பதிப்பாளர்கள், பண்பாட்டாளர்கள், தமிழக அரசு என அனைத்துத் தரப்பிலும் அவசியம். தமிழைப் பற்றி, அதன் சிறப்புகளைப் பற்றி முழங்குவது, பெருமைபேசுவது, எதிரிகளைச் சாடுவது எல்லாம் நமக்குக் கைவந்த கலையாக இருக்குமளவுக்குத் தமிழை வலுப்படுத்துதல், தமிழோடு பயணித்தல், அதற்காக உழைத்தல் என்பவை இல்லை.

தமிழ் நூல்களின் அயல் பயணம் சகஜமாவதற்குப், பிற மொழியினர், நாட்டினர் இங்கு வருவதும் இங்குள்ள பண்பாட்டுவாதிகள் பிற பிரதேசங்களுக்குப் பயணிப்பதும் சாத்தியப்பட வேண்டும். இங்கும் அரசின் பங்களிப்பு

முக்கியமானதாகிறது. நம்மைவிட மக்கள் தொகையில், இலக்கிய வளத்தில், பொருளாதார மதிப்பில் குறைந்த மாநிலமான கேரள அரசு பண்பாட்டு வளர்ச்சியில் முதலீடு செய்யும் தொகை நம்மைவிடப் பல மடங்கு அதிகம். மலையாளத்தை உலகச் சூழலுடன் இணைப்பதில் அரசும் பல்கலைக்கழகங்களும் தனியார் பண்பாட்டு நிறுவனங்களும் இணைந்து செயல்படுகின்றன.

தமிழ்ப் பண்பாட்டை உலகுக்கு எடுத்துச் செல்லக் கலைகள் ஒரு வழி எனில் இலக்கியம் மற்றொரு முக்கியமான வழி. தமிழ் நூல்கள் பிற மொழிகளுக்குச் சகஜமாகப் பயணிக்காதவரை தமிழை உலகிற்குக் கொண்டுசெல்வது சாத்தியம் இல்லை.

ஜூன் 2 அன்று அண்ணா நூற்றாண்டு நூலகத்தில் 'பொன்மாலைப் பொழுது' தொடரில் ஆற்றிய உரையின் எழுத்து வடிவம்.

காலச்சுவடு, இதழ் 174, 2018.

தமிழகத்திலும் சாத்தியமா?

இந்தியாவின் பிற பெரிய, சிறிய புத்தகச் சந்தைகளைக் கண்டு நாம் கற்க வேண்டியவை பல உள்ளன.

புத்தகச் சந்தைக்கு வெளியே தனி அரங்குகளில் நிகழ்வுகள் பல நடத்தி உள்ளே புத்தகம் வாங்கிக்கொண்டிருக்கும் வாசகர்களைத் தொடர் அறிவிப்புகள் மூலம் வெளியே இழுத்துப் பிரமுகர்களின் உரை வீச்சுகளை இரவுவரை கேட்க வைத்து வீட்டுக்கு அனுப்பும் விநோதம் தமிழகப் புத்தகச் சந்தைகளுக்கே உரியது. பிராங்பர்ட்டிலிருந்து கொச்சிவரை அனைத்து நிகழ்வுகளும் புத்தகச் சந்தையின் உள்ளேயே நடக்கும். வாசகர்களை அவை சந்தையின் உள்ளே இழுக்கும். எழுத்தாளர்கள் இதமான சூழலில் உரையாடுவார்கள். புத்தகச் சந்தைகளில் எழுத்தாளர்களைவிடப் பிரமுகர்கள், பட்டிமன்றப் பேச்சாளர்கள், ஆன்மிகப் பரப்புரையாளர்கள், அதிகாரிகள் அதிகம் மதிக்கப்படுவது தமிழகத்தில்தான்.

எல்லாப் புத்தகச் சந்தைகளிலும் பதிப்பாளர்களைக் கூடுதல் இடத்தை வாடகைக்கு எடுக்க வற்புறுத்துவார்கள். பதிப்பாளர்களின் எல்லாத் தலைப்புகளும் கிடைத்தால்தானே புத்தகச் சந்தை செழிக்கும் என்பதோடு அமைப்பாளர்களுக்கும் வாடகை வருமானம் பெருகும்? அதேபோல வாடகைக்கு இடம் கேட்போருக்கு இடம் மறுக்கப்படுவதும் எனக்குத் தெரிந்து எங்கும் இல்லை. மாறாக, புதியவர்களை உள்ளே இழுக்க எல்லா முயற்சிகளும் நடக்கும். கொல்கத்தா புத்தகச்

சந்தைக் குழு பிராங்பர்ட் வந்து உலகப் பதிப்பாளர்களை அழைப்பதைக் கண்டிருக்கிறேன். புதியன ஒவ்வோர் ஆண்டும் புக வேண்டும் என்பதே அனைவரது முனைப்பாகவும் இருக்கும். இந்தியாவில் அரசு லைசன்ஸ் கொடுக்கும் ராஜ்ஜியம் நீங்கிச் சில பத்தாண்டுகள் ஆனாலும், தென்னிந்தியப் பதிப்பாளர் கூட்டமைப்பான பபாசியில் இன்றும் தொடர்கிறது. புத்தகச் சந்தை பரந்து விரிந்தால் விற்பனை பிரிந்துவிடும் எனும் எந்த ஆதாரமும் இல்லாத நம்பிக்கை, தமிழகப் புத்தகச் சந்தைகளுக்கே உரியது. பதிப்பாளர்கள் பெருகப் பெருக வாசகர் வருகையும் பெருகும். வாசகர் வீண் அலைச்சல் தவிர்க்கப் புத்தகச் சந்தையை ஆங்கிலம், தமிழ், குழந்தைகள், மல்டிமீடியா, கல்விசார் பதிப்பகங்கள் எனப் பல பகுதிகளாகப் பிரிக்கலாம். வாசகரை வழிமறிக்காமல் புத்தகச் சந்தையினுள் சுதந்திரமாக வளைய வர அனுமதிக்க வேண்டும்.

சென்னைப் புத்தகச் சந்தை முன்னேற இந்திய உலக நிலைமைகளை அறிந்த பலரும் பல யோசனைகளை முன்வைக்க முடியும். 2002இலிருந்து தொடர்ந்து தில்லி உலகப் புத்தகச் சந்தைக்கும் 2007இலிருந்து தொடர்ச்சியாக பிராங்பர்ட்டிற்கும் இன்னும் பல நாட்டுப் புத்தகச் சந்தைகளுக்கும் சென்றுவருகிறேன். இத்தகைய அனுபவமுடைய தமிழ்ப் பதிப்பாளர்கள் இன்னும் சிலரும் உண்டு. ஆனால் இன்றுவரை எந்த பபாசி குழுவும் அழைத்து ஆலோசனை கேட்டதில்லை. நாமாகப் புதுமைகளை நமது அரங்கிற்கு உட்பட்ட அளவில் புகுத்த முயன்றாலும் அதற்குத் தடையாகவே பபாசி இருந்துள்ளது. ஒரு பதிப்பாளராக இத்தொழிலில் முன்னேற பபாசி உறுதுணையாக இருப்பதாக நினைக்க எனக்கு அதிக வாய்ப்புகள் கிடைக்கவில்லை. வெளிப்படையாகச் சொன்னால் அவர்கள் எமது வளர்ச்சிக்கு எதிராகச் சிந்திப்பதாகவும் செயல்படுவதாகவும் சில சந்தர்ப்பங்களில் உணர்கிறேன். ஒருவருடைய குறிப்பிட்ட அளவு வளர்ச்சி அடுத்தவரின் அதே அளவு வீழ்ச்சியாலேயே சாத்தியம் எனும் அபார நம்பிக்கை (இதை ஆங்கிலத்தில் சீரோ சம் கேம் என்பார்கள்) பபாசியைக் காலங்காலமாக ஆக்கிரமித்துவருகிறது.

இருப்பினும் சென்னைப் புத்தகச் சந்தைக்கு இருக்கும் தனித்துவமான இடத்தையும் அதற்குப் பின்னிருக்கும் பபாசியின் உழைப்பையும் அங்கீகரிப்பதில் எனக்கு எந்தத் தயக்கமும் இல்லை. தமிழ்ப் பதிப்புலகின் வளர்ச்சியில் இந்த அரிய நிகழ்வுக்கு முக்கிய இடமுண்டு. சென்னைப் புத்தகச் சந்தையின் வாசகர் ஒரு பொக்கிஷம். அது நமக்குக் கைகூடியுள்ளது. இந்த முறை புத்தகச் சந்தைக்கு வந்திருந்த ஆஸ்திரேலியா பதிப்பாளர் குழு திருவிழாக் கோலமாகக் குடும்பம் குடும்பமாக வாசகர்கள்

வந்து பொழிவதைக் கண்டு அசந்துவிட்டார்கள். இதற்கு நிகராக ஒப்பிடக்கூடிய புத்தகக் கண்காட்சிகள் இந்தியாவில் இரண்டு. ஒன்று புதுதில்லி உலகப் புத்தகச் சந்தை; மற்றது கொல்கத்தா புத்தகச் சந்தை. தில்லி உலகப் புத்தகச் சந்தை மைய அரசு நிறுவனமான நேஷனல் புக் டிரஸ்டால் நடத்தப்படுகிறது. புத்தகச் சந்தைக்கான மொத்தச் செலவான கிட்டத்தட்ட 25 கோடியில் மூன்றில் இரண்டு பங்கு மைய அரசின் நன்கொடை; மீதி மட்டுமே வருமானம். கொல்கத்தா புத்தகச் சந்தை சென்னையைப் போல பதிப்பாளர், விற்பனையாளர் கூட்டமைப்பால் நடத்தப்படுகிறது. இருப்பினும் மிக முக்கியச் செலவான இட வாடகையை அரசு சலுகை விலையில் வழங்குகிறது. பரந்த மைதானத்தை அரசிடமிருந்து சலுகைக் கட்டணத்தில் பெற பபாசியும் ஆர்வலர்களும் முயல வேண்டும். அதற்குப் புத்தகச் சந்தை மேன்மேலும் வளர வேண்டும் என்ற தொலைநோக்கு அவசியம்.

முக்கியமான செய்தி, சென்னைப் புத்தகச் சந்தையைப் போல எந்த அரசு உதவியும் இன்றி லாபகரமாக நடத்தப்படும் புத்தகச் சந்தை இந்தியாவில் இல்லை. உலகின் எந்த மூலையிலும் இத்தகைய ஒரு நிகழ்வு அரசின் ஆதரவு இன்றி நடக்காது. இங்கு அரசியல்வாதிகள் இதை எப்படி வளர்ப்பது என்று எண்ணாமல் எப்படிச் சுரண்டுவது என்று கணக்கிடுவார்கள் என்பதற்குக் கடந்த கால அனுபவங்கள் உண்டு. சென்னைப் புத்தகச் சந்தை எனும் கிடைத்தற்கரிய ஒரு பேறு தமிழகப் பதிப்பாளர்கள் கையில் இன்று உள்ளது. உலகப் பதிப்புச் சூழலின் போக்கறிந்து அதைப் பேணி வளர்ப்பது நம் கடமை. சென்னை மக்கள்தொகையில் எத்தனை மொழி பேசும் மக்கள் உள்ளனரோ அத்தனை மொழி பேசும் பதிப்பகங்களையும் புத்தகச் சந்தைக்குக் கொணர வேண்டும். அருமையான உணவுக்கூடங்கள் நியாய விலையில் அமைய வேண்டும். எழுத்தாளர் அரங்குகள் சில அமைக்க வேண்டும். தூய்மையான கழிப்பறைகள் அமைக்க வேண்டும். இவை பிற புத்தகச் சந்தைகளில் சாத்தியம் என்றால் தமிழகத்திலும் சென்னையிலும் சாத்தியம்தான். பரந்த மனதோடும் விரிந்த பார்வையோடும் இவற்றை மேற்கொள்ள பபாசி முன் வர வேண்டும் என்பதே நமது விருப்பம்.

இக்கட்டுரையின் மாறுபட்ட வடிவம் *தி இந்து*
(மார்ச் 17, 2018)வில் வெளிவந்தது.

பத்மநாப ஐயரின் கொண்டை

பத்மநாப ஐயர், அ.யேசுராசா, து. குலசிங்கம் ஆகிய மூவரும் 1982இல் எங்கள் வீட்டிற்கு வந்து பல நாட்கள் தங்கியது எனக்கு அதிகமும் பிறர் கூறக் கேட்ட நினைவுகளாகவே உள்ளன. அப்போது எனக்கு வயது 16. அரசியல் இதழ்கள், நூல்கள் படிக்கத் தொடங்கியிருந்த காலகட்டம். நண்பர்கள் அப்பாவோடு பேசுவதை இடைக்கிடை இருந்து ஆர்வத்துடன் கேட்கும் வயதுதான். இருப்பினும், இவர்கள் வருகைபற்றி எனக்கு நினைவுகள் குறைவு.

அவர்கள் வந்த மாதம் மார்ச் என்பது காரணமாக இருக்கலாம். பள்ளியில் ஆண்டு இறுதித் தேர்வு நடக்கும் காலகட்டம். சித்திரவதைகளில் ஆக மோசமானது தேர்வுதான் என்ற ஜே. கிருஷ்ணமூர்த்தியின் வாக்கு என் உள்ளக்கிடக்கையின் வெளிப்பாடு.

1986-87இல் சென்னையில் புதுயுகம் அலுவலகத்திற்குச் சில மாதங்கள் கிட்டத்தட்ட தினமும் சென்றுகொண்டிருந்தேன். முதல் இதழிலேயே பத்மநாப ஐயரின் பங்களிப்பையும் பண்புகளையும் விதந்தோதும் குறிப்பு இருந்தது. புதுயுகம் ஆசிரியர் வசந்தகுமாருக்கு யாரையும் அளவோடு புகழ்வது கைவராத கலை. வைத்தால் குடுமி, சிரைத்தால் மொட்டை. ஐயருக்கு அவர் வைத்ததோ கொண்டை!

தமிழகத்தில் மார்க்சியர்கள், அனைத்துவகை இலக்கியவாதிகள், திராவிட இயக்க, தலித்திய அறிஞர்கள் எனக் கருத்தியலின் வானகம்

முழுவதிலும் மதிக்கப்படும் பிராமணர் பாரதி, உ.வே.சா., வ.ரா.வுக்குப் பிறகு பத்மநாப ஐயராகத்தான் இருக்கும்.

நான் ஐயரைச் சந்திக்கும் முன்னரே, கிட்டத்தட்ட 20 ஆண்டுகள் அவரைப் பற்றிப் பலரிடமிருந்தும் செய்திகளைக் கேள்விப்பட்டிருந்தேன். என் கற்பனையில் ஐயரின் கொண்டை பலரும் செருகிய பூக்களால் நிறைந்திருந்தது. நான் நிறையச் செய்திகள் அறிந்திருந்தது சு.ரா.விடமிருந்தும் அ. யேசுராசாவிடமிருந்தும். சு.ரா. மிகுந்த பிரியத்துடன் பேசும் சிலருள் ஐயரும் ஒருவர். யாரைப் பற்றியும், தன் மனைவி குழந்தைகள் உட்பட, விமர்சனமின்றிப் பேசும் பழக்கம் அவருக்கு இல்லை. எல்லோரைப் பற்றியும் நமக்கு அவரிடமிருந்து புகழ்ச்சியோ இகழ்ச்சியோ கிடைக்காது, மதிப்பீடுதான் கிடைக்கும். ஐயரைப் பற்றிய அவருடைய கவலை, வாழ்வியல் யதார்த்தங்களில் அவருக்குப் போதிய கவனம் இல்லை என்பது. தமிழ் அறிவுலகில் இது பொதுவாகப் பாராட்டுணர்வுடன் கூறப்படும் விஷயம். சு.ரா.வின் பார்வை இதில் மாறுபட்டது. யேசுராசா இருவரைப் பற்றிப் பேசும்போது மட்டும் தனியான ஒரு முகக்களையோடு – அது துடிப்பான பேரப்பிள்ளைகளைப் பற்றிப் பேசும் தொனிக்கு நெருங்கிவரும் – உதட்டோரத்தில் சுழியும் செல்லச் சிரிப்போடு பேசுவார். ஒருவர் ஏ.ஜே. கனகரட்னா; மற்றொருவர் பத்மநாப ஐயர்.

❍

தமிழ் இனி 2000 மாநாட்டை அடுத்து ஐயரோடு கொஞ்சம் நெருக்கமான தொடர்பு ஏற்பட்டது. அதில் புலம்பெயர் அமர்வுகளுக்கான ஆலோசகர் குழுவில் அவரும் இருந்தார். அவரால் அந்நிகழ்வுக்கு வர முடியவில்லை என்றாலும் அவருடைய ‘அதிகார’த்தை அறிய எனக்கு ஒரு வாய்ப்புக் கிடைத்தது. ‘தமிழ் இனி’ நிகழ்வு முடிந்து ஊர் திரும்பி, ஓராண்டுக் களைப்போடு விழுந்து தூங்கினேன். இடையில் அப்பா வந்து எழுப்பினார். அவரது நீண்ட முயற்சிக்குப் பின்னர் எழுந்தேன். வரவேற்பு அறையில் ஒரு லண்டன்வாழ் பெண் எழுத்தாளர். சு.ரா. அறிமுகப்படுத்தினார். அவர் ‘தமிழ் இனி’க்குத் தன்னை அழைக்கவில்லை என்று மேலிடத்தில் புகார்செய்ய வந்திருந்தார். சு.ரா. பிரச்சினையை விளக்கியதும் எனக்கு அரைத் தூக்கத்தில் என்ன சொல்வது என்று புரியவில்லை. உண்மையில் தமிழகத்திற்கு அப்பாலான தேர்வுகளில் நான் தலையிடவேயில்லை. ஆனால், அத்தருணத்தில் ஐயர் தலையை உருட்டுவதுதான் சரியான காய்நகர்த்தலாக இருக்கும் என்று தோன்றியது. இங்கிலாந்துக்கு ஐயர்தான் பொறுப்பு, அவரிடம்தான் கேட்க வேண்டும்

என்றேன். பெண்மணி மறு வார்த்தை பேசவில்லை. ஐயருடைய கொண்டையின் மகிமை!

2002இல் ஐயரை லண்டனில் சந்தித்தேன். அப்போது அவரிடம் ஒரு மகிழுந்து இருந்தது. ஐயர் ஓட்ட, அதில் பயணித்தவர்களுக்கு இப்பெயர்ச்சொல் முரண்நகையாகவே தோன்றும். தமிழகப் பிரமுகர் ஒருவர் ஐயரின் மீது கொலை முயற்சிக் குற்றச்சாட்டை வைக்கவும் காரணமாக அமைந்தது இந்த மகிழுந்துதான். இதனால், என் முதல் லண்டன் பயண அனுபவத்தில் பிரமிப்போடு திகிலும் நிறைந்திருந்தது. ஒருசில நாட்கள் அவருடனும் அவரது மகள் வீட்டிலுமாக இருந்துவிட்டு, பெர்லினுக்கும் பாரீசுக்கும் சென்றுவிட்டு, மீண்டும் லண்டன் வந்து ஊர் திரும்பினேன். ஒருவரைப் பற்றி நிறையக் கேள்விப்பட்டு விட்டுப் பின்னர் சந்திக்கையில் ஏமாற்றம் தோன்றுவது இயல்பு. ஆனால், ஐயரின் ஆர்வம், அர்ப்பணிப்பு, உழைப்பு எல்லாம் எனக்கு மிகவும் உவப்பைத் தந்தன. தமிழ்ச் சூழலோடு இசைந்து இயங்கிவருபவர்களுக்கு இங்கு பேச்சும் செயலும் விசேஷத் தொடர்பில்லாத தனித்தனிச் செயல்பாடுகள் என்ற உள்ளுணர்வு இருக்கும். தன்னை ஒரு பெரும் சோம்பேறியாகச் சித்திரித்துக்கொள்ளும் – தன் உடல்நலத்தைப் பராமரிப்பதிலும் தன் இருப்பிடத்தைப் பராமரிப்பதிலும் இது உண்மைதான் – ஐயரிடம் தமிழ் இலக்கியம், குறிப்பாக ஈழத் தமிழ் இலக்கியம் சார்ந்து ஒரு வினையை, ஒரு தேவையை முன்வைத்தால், அடுத்த கணம் தொடங்கித் தனது முழு முயற்சியையும் தராமல் அவர் ஓய்வதில்லை. ஈழத் தமிழ்ப் படைப்புகளை ஆங்கிலத்திற்கும் பிற மொழிகளுக்கும் கொண்டுசெல்லும் முயற்சியில் ஈழத்து அன்பர்கள் எனக்கு அளிக்காத ஒத்துழைப்பு ஏமாற்றம் அளிப்பது. ஐயர் முக்கிய விதிவிலக்கு. அவரிடம் ஒரு விதையை சகாராப் பாலைவனச் சூழலில் அளித்தால், அது மழைக்காலத்தில் தமிழ்ச் சூழலில் விதைக்கப்படும் என்பது உறுதி.

2009இல் லண்டன் புத்தகச் சந்தைக்கு வந்தபோது ஐயருடனேயே தங்கியிருந்தேன். என் நல்ல காலம், அதற்குள் அவர் மகிழுந்தை விற்றுவிட்டிருந்தார். முதல்நாள் எனக்கு அவரது பஞ்சுமெத்தையைத் தந்துவிட்டு அருகில் இருந்த மேசையில் படுத்துக்கொண்டார். அவருடைய தமிழ்த் தொண்டு காணச் சகிக்கவில்லை. மறுநாள் சில விசித்திர உபாதைகளைச் சொல்லி அவரைக் கட்டிலுக்கு நகர்த்திவிட்டு, கீழே புத்தகங்களுக்கு இடையில் படுத்துக்கொண்டேன். இங்கே 'புத்தகங்களுக்கு இடையில்' என்று சொல்வது உருவகம் அல்ல. விழிக்கையில் தேடிக்கொண்டிருந்த ஒரு நூல் கண்ணில்பட அதை அரைத் தூக்கத்தில் எடுத்துப் புரட்டியபடியே எழுவது வேறெங்கும்

கிடைக்காத ஒரு இன்பம். புத்தகங்களில் கால்படாமல் தவிர்க்கும் நம் நம்பிக்கையைப் பகுத்தறிவின் இளக்காரத்தோடு பார்ப்பதை அங்கு விட்டுவிட்டேன். வீட்டினுள் நுழைந்ததும் புத்தகங்களுக்கிடையில் கால்வைத்துக் கவனமாகப் படுக்கை, மேசை, கணினிப் பகுதியை அடைவது, மீண்டும் கவனமாகக் கால்வைத்து அடுக்களைக்கு, ஒப்பனை அறைக்குச் செல்வது எல்லாம் புத்தகங்கள்மீது பக்தியுணர்வை ஏற்படுத்திவிடும்.

❍

முதல் சந்திப்பிலேயே ஐயரை கிண்டல் செய்யும் உரிமையை நானே எடுத்துக்கொண்டேன். கிண்டலுக்கான காரணங்களையும் கச்சாப் பொருளையும் அவரே சந்தோஷமாக எடுத்து இயம்புவார். தம்மைப் பிறர் நகைக்க இன்புறுதல் எல்லோர்க்கும் வாய்ப்பதில்லை. இத்தகைய தீவிரத்தின் சாயலற்ற உரையாடல்களின்வழித் தீவிரமான ஒரு செயல்பாட்டில் இணைந்து இயங்குவது என்று முடிவு செய்தோம். தமிழியல் – காலச்சுவடு வெளியீடுகள். தேர்வு ஐயருடையது. பதிப்பித்தல் காலச்சுவடின் பொறுப்பு. இத்தகைய தொடர்ச்சியான இணை வெளியீடு முயற்சி தமிழுக்குப் புதிது. அதிலும் இது தமிழகம்/ஈழம், இந்தியா/இங்கிலாந்து என்ற இணைப்புகளை உள்ளடக்கிய முயற்சி.

ஐயர் ஒவ்வொரு நூலையும் பல்லாண்டுகள் திட்டமிட்டுச் செதுக்குவார். அவர் பணி முடியும்வரை இருக்கும் பொறுமை, காலச்சுவடுக்கு அனுப்பியதும் விரைவில் நூலாகக் காணும் மனவேகமாக மாறும். நூலின் அச்சு, அமைப்புப் பற்றிய எதிர்பார்ப்புகள் உச்சத்தில் இருக்கும். [illegible] அனுப்பும் போதே பதிப்புக் கலையின் உச்சமான ஒரு மாதிரி ஆங்கில நூலும் வந்துசேரும். அதை எட்டிப்பிடிக்க, கொஞ்சம் எம்பிப் பார்த்துவிட்டு நூலை அச்சாக்கி அனுப்பி வைத்தால், நூலைக் கட்டி அனுப்பிய உறையிலிருந்து, நூல் கட்டமைப்புவரை பிரித்துமேய்ந்துவிடுவார் ஐயர். இவற்றில் இருக்கும் குறைபாடுகள் அவருடைய மிகக் குறைந்த சகிப்பு எல்லையைக் கடந்துவிட்டால், நூலை வடிவமைக்கும் கலாவுக்கோ அல்லது சென்னையில் அச்சாக்கத்தைக் கவனிக்கும் நாகத்துக்கோ காதில் ரத்தம் வடியவைக்கும் தொலைபேசி அழைப்பு வரும். எனக்கு ஒரு இறுக்கமான மின்னஞ்சல். யாரும் அவர் கடிந்துகொண்டதற்காக வருந்துவதற்குப் பதில், ஐயர் கடிந்துகொள்ளும்படி நேர்ந்துவிட்டதே என்று வருந்துவார்கள். இதை அவருடைய ராசி எனலாம். அல்லது மேலாண்மை நுட்பமாகவும் கொள்ளலாம்.

பண விஷயத்தில் ஐயரின் நண்பர்கள் அவரிடம் மிகுந்த எச்சரிக்கையுடனேயே நடப்பார்கள். பணம் கேட்டால் கடன்வாங்கி உடனே கொடுத்துவிடுவார் என்ற அச்சம் எல்லோரிடத்திலும் இருக்கும்!

தமிழ்ச் சூழலில், வன்மத்தைவிட என்னைத் துன்புறுத்துவது அன்பின் பொழிவு. எல்லோரிடமும் ஒருபோல இனிமையோடு பழகி அன்போடு அரவணைப்பவர்களைக் கண்டால் எல்லோருக்காகவும் ஒருபோல இயங்கும் கணினி மென்பொருட்கள் நினைவுக்கு வரும். மானிட நேயம், பிரபஞ்சத் தேடல் போன்ற தொடர்களைக் கண்டாலே குலைநடுக்கமாக இருக்கிறது. எனக்குரிய தனித்துவமான இழையற்ற அன்பின் பெருக்கம் என்னை அவமதிப்பதாகவே உணர்வேன். இனிமையாகவும், பலசமயங்களில் நெகிழவைக்கும் கரிசனத்தோடும் பழகும் ஐயர், மிக நுட்பமாக எல்லோரையும் மதிப்பீடு செய்துகொண்டிருப்பார். தமிழ்ச் சூழலின் பொதுநலனில் அக்கறை கொள்ளாதவர்களிடமிருந்தும் தன்முனைப்பு மிகுந்தவர்களிடமிருந்தும் முரண்படாமல் விலகிவிடுகிறார். தன்னைப் புகழ்வோர்பற்றிய நெகிழ்ச்சி அவரிடம் இருப்பதில்லை. தன்னைப் புகழ்வதைவிடத் தன் தமிழ்ப் பணிக்கு உதவினால் நன்றாக இருக்குமே என்று அவர் எண்ணுவதாகத் தோன்றும். போலியான காரணங்களுக்காகத் தன்னைப் புகழ்வோரின் நோக்கம்பற்றிய துல்லியமான அவதானிப்பு அவரிடம் உண்டு.

தன்னை இகழ்வோர்பற்றிய கசப்பும் அவரிடத்தில் இருப்பதில்லை. தன்னை இகழ்ந்து எழுதப்பட்ட கட்டுரைகள் அடங்கிய பழைய இதழ்கள் தேவைப்பட்டால் தன்னிடம் பல பிரதிகள் உண்டு என்றார் ஒருமுறை. ஐயரைப் பற்றி எழுதும் ஒரு விமர்சனக் கட்டுரைக்காக அவற்றை ஐயரிடமிருந்தே பெற்றுக்கொள்ளலாம்! இந்தப் பண்பு உண்மையிலேயே ஐயரின் கொண்டையில் செருகத் தகுதியான ரோஜாப்பூதான்.

அவருடைய மதிப்பீட்டில் விழுந்துவிடாமல், பத்தாண்டு களுக்கும் மேலாக இணைந்து இயங்க முடிவது எனக்கு மட்டற்ற மகிழ்ச்சியைத் தருகிறது; பற்பல அவதூறுகளை எதிர்கொள்ளும் வலுவையும்கூட.

நூலை ஆராதித்தல், 2016

காப்புரிமை: எழுத்தாளரின் அடிப்படை உரிமை

“காசுக்காக எழுதாத தமிழ் எழுத்தாளனைக் காசு தராமல் எப்படி ஏமாற்ற முடியும்?” என்று கேட்டார் ஒரு மூத்த எழுத்தாளர். மனங்கசந்த கூற்று இது. தமிழ் செழிக்கத் தமிழ்ப் பதிப்புலகமும் செழிக்க வேண்டும். தமிழும் பதிப்புலகும் செழிக்கத் தமிழ் எழுத்தாளர்கள் செழிக்க வேண்டும். தமிழால் வாழ்பவர்களின் எண்ணிக்கை பெருகினால் தமிழும் பெருகும். தமிழால் செழிக்க வேண்டியவர்களின் பட்டியலில் முதன்மையான இடம் தமிழ் எழுத்தாளர்களுக்கு உண்டு. தமிழ் எழுத்தாளர் ஊக்கத்துடன் எழுத்துப் பணியில் ஈடுபடவில்லை எனில், தமிழ் எப்படிச் செழிக்கும்? தமிழ்ப் பதிப்புத் துறை எப்படி வளரும்?

இன்று தமிழ் எழுத்தாளர் தமது ஆற்றலால் பல துறைகளிலும் புகுந்து புறப்படத் தொடங்கியிருப்பது வரவேற்கப்பட வேண்டியது. அதே நேரம், எழுத்தாளர் பிற துறைகளில் தமது எழுத்தாற்றலை விற்காமல், தனது ஆர்வத் துறையிலேயே செயல்பட்டு வாழும் சூழல் ஏற்படுவது அவசியமானது. தமிழ்த் திரைப்படத் துறையில் பங்களிப்பவர் அனைவருமே அதனாலேயே வாழ்வதும் செழிப்பதுமே அதனை வளர்ச்சியடைந்த துறையாக்குகிறது.

தமிழ் எழுத்தாளர் நிலைமையில் முன்னேற்றம் இல்லாமல் இல்லை. காப்புரிமைபற்றிய விழிப்புணர்வு இன்று நிச்சயம் ஏற்பட்டுள்ளது. 15 ஆண்டுகளுக்கு முன்னர் புதுமைப்பித்தன் குடும்பத்தின் காப்புரிமைக்கு

எதிராகத் தமிழகத்தின் முன்னணி முற்போக்கு எழுத்தாளர்கள், அறிஞர்கள் பலரும் திரண்டனர். காப்புரிமை பற்றிய அறியாமையே இதற்குக் காரணம். அத்தகைய இழிநிலை இன்று ஏற்பட வாய்ப்பில்லை. ஆனால், இன்றும் தமது எழுத்து வருமானத்தை நம்பி வாழாத எழுத்தாளரும்கூடப் பதிப்பாளர் பற்றிய பல மனக்குறைகள் கொண்டுள்ளார்கள். முன்னர் மவுனத்தில் வெதும்ப வேண்டியிருந்தது. இன்று ஃபேஸ்புக்கில் குமுற முடிகிறது. சமயத்தில் ஆதரவு திரட்டிக் கொஞ்சம் சாதிக்கவும் முடிகிறது. முன்னேற்றம்தான்.

முந்தைய தலைமுறைப் பதிப்பாளர்கள் பலரும் புத்தகப் பிரியர்கள் அல்ல, வாசகர்கள் அல்ல, எழுத்தின் ஆற்றலை உணர்ந்தவர்கள் அல்ல. சக்தி கோவிந்தன் போன்ற அற்புதமான விதிவிலக்குகள் உண்டு எனினும், அவர்கள் அதிகமும் நூல் பதிப்பித்தலைத் துட்டுக்கான தொழிலாக மட்டுமே கண்டவர்கள். இன்றைய தலைமுறைப் பதிப்பாளர்கள் பலர் அப்படி அல்ல. இவர்கள் கற்றவர்கள், எழுத்தோடு உயிரோட்டமான தொடர்புடையவர்கள், பதிப்புத் தொழிலின் பண்பாட்டுப் பெறுமானத்தை அறிந்தவர்கள்.

இருப்பினும், எழுத்தாளர் குமுறுவது இன்றும் தொடர்கிறது என்பது ஒரு பதிப்பாளராக எனக்கு மிகவும் அவமானமாக இருக்கிறது. தமிழின் இத்தகு சிறுமைகளை அகற்றாமல் பெருமை பேசுவது அபத்தம். நாம் மதிக்காத தமிழ் எழுத்தாளர்களை அகில இந்தியாவும் உலகமும் ஏன் கண்டுகொள்ள வேண்டும்?

காப்புரிமைத் தொகை எழுத்தாளரின் அடிப்படை உரிமை. அதை மறுக்க எந்த நியாயமும் இல்லை. எந்த நூலைப் பிரசுரிப்பது என முடிவுசெய்வது பதிப்பாளர் உரிமை. ஆனால், பிரசுரித்த பின்னர் விற்பனையான பிரதிகளுக்குக் காப்புரிமைத் தொகையை வழங்குவது அவர்தம் கடமை. இதில் புதிய/பழைய எழுத்தாளர், இளையர்/மூத்த எழுத்தாளர், புகழ் பெற்றவர்/பெறாதவர் என்ற எந்தப் பாகுபாட்டுக்கும் இடம் இல்லை.

பிரசுரித்த நூல் விற்பனையாகவில்லை என்பதால், பதிப்பாளர் அச்சகத்தில் சலுகை கேட்க முடியாது, தாள் வியாபாரியிடம் இனாம் கேட்க முடியாது. ஆனால், எழுத்தாளரிடம் மட்டும் நெஞ்சம் நிமிர்த்தி விற்ற நூல்களுக்கான காப்புரிமைத் தொகையை மறுத்துப் புதிய அறம் பேச முடிகிறது. புத்தகம் குறைவாக விற்பனையானால் காப்புரிமைத் தொகையை மறுப்பவர்கள், அதிகம் விற்பனையானால் ஊக்கத்தொகையையும் சேர்த்துக் கொடுப்பார்களா என்ன?

1944இல் கு.ப.ரா. காலமானபோது கே.எஸ். வெங்கட்ரமணி இப்படி எழுதினார்:

"...என் நண்பர் கு.ப. ராஜகோபாலன் காலமானார். சென்ற 35 வருஷ காலமாக (1909–1944) ஒரு மாறாத காட்சியைத்தான் கண்கூசாமல் கண்டுகொண்டுவருகிறேன். எழுத்தாளர்கள் பாதரக்ஷைகூட இல்லாமல் கப்பிக்கல் ரோட்டில் நடந்துபோகிறார்கள். அவர்களைக் கட்டி மேய்த்துத் 'தீனி' போடுகிறேன் என்கிற இடையர்கள் (புத்துயிர் பிரசுராலய சொந்தக்காரர்கள்) மோட்டார் கார்களில், வைரத் தோடுகள் மினுமினுக்க மெய்ம்மறந்து போகும் காட்சியைக் காண்கிறேன். உழவன் வீட்டில் நெல் குதிர் ஏது?"

இன்று இக்கூற்று அப்படியே பொருந்தக்கூடியது அல்ல. ஆனால், 70 ஆண்டுகளுக்குப் பின்னரும் இதைப் படிக்கும்போது சமகாலக் காட்சிகள் சில மனக்கண்ணில் தோன்றி மறைகின்றன என்பது தமிழ்ப் பதிப்புலகத்துக்குப் பெருமை பயக்கவில்லை. எழுத்தாளர்கள் தமது உரிமைகளுக்காகப் போராட வேண்டும். பதிப்பாளர்கள் கூட்டமைப்பு காப்புரிமைத் தொகை வழங்காத பதிப்பாளர்களையும் திருட்டுப் பதிப்பு வெளியிடுபவர்களையும் உறுப்பினர் நீக்கம் செய்ய வேண்டும்.

***தி இந்து*, ஜனவரி 19, 2015**

நூல் எரிக்கும் சுதந்திரம்!

சில மாதங்களுக்கு முன்னர் ஒரு எழுத்தாளரின் நூல்கள் ஒரு வாசகரால் எரிக்கப்படும் புகைப்படம் ஃபேஸ்புக்கில் பகிர்ந்துகொள்ளப்பட்டு, பலத்த வரவேற்பையும் கண்டனத்தையும் பெற்றது. அடுத்ததாக, சர்ச்சைக்குள்ளான ஒரு நாவலை இந்துத்துவ, சாதிய சக்திகள் இணைந்து பொது இடத்தில் கொளுத்தினார்கள். இந்தச் செயல்பாடு களைக் கண்டித்த பலரும் இதைப் பாசிசமாக அடையாளப்படுத்தினார்கள்.

நூல்களை, நூலகங்களை எரிப்பது பாசிசத்தின் வழிமுறையாக இருந்துவருகிறது. வரலாற்றில், வெற்றிகொண்ட படைகள் பல நூலகங்களை, ஆவணக் காப்பகங்களை அழித்துள்ளன. கி.பி. 391இல் அலெக்ஸாண்ட்ரியா நூலகம் அழிக்கப் பட்டது நாமறிந்த பண்டைக் கால உதாரணம். நாகர்கோவிலில் பழமையான பூங்கா நூலகம் பெரும்பான்மைச் சாதி அரசியலுக்குப் பலியாகிச் சாம்பலானது. யாழ்ப்பாண நூலக எரிப்பு தமிழர் அடையாளத்தில் ஏற்பட்ட வடு.

அழிக்கப்பட்ட நூலகங்கள் என்ற தலைப்பில் ஒரு நீண்ட பட்டியலே விக்கிப்பீடியாவில் உள்ளது. கி.மு. 206 சீன ஆவணக் காப்பகம்முதல் 2014 போஸ்னிய ஆவணக் காப்பகம்வரை அந்தப் பட்டியல் நீள்கிறது. பல சமயங்களில் நூலக எரிப்பு இனப் படுகொலைக்கு முன்னே வரும் மணியோசை யாகவும் உள்ளது.

பொது நூலகங்களை எரிப்பதற்கும், ஒரு வாசகர் தான் காசு கொடுத்து வாங்கிய, பரவலாகச் சந்தையில் கிடைக்கும், தனது உடைமையான நூலை எரிப்பதற்கும் பெரிய வேறுபாடு உள்ளது. ஒருவர் தனது ஒரு நூல் பிரதியை அழிப்பதால் அறிவுச் சேகரம் எதுவும் நிரந்தரமாக அழிக்கப்படுவதில்லை. டிஜிட்டல் யுகத்தில், நாம் போதிய கவனம் எடுத்தால், அத்தகைய அழிப்பு இனி சாத்தியமும் இல்லை. ஒரு நூலை, ஒரு கருத்தை இன்னொரு நூலாலும் கருத்தாலும் எதிர்கொள்வதே உத்தமம். ஆனால், ஒரு வாசகர் அல்லது ஒரு இயக்கம் ஒரு நூலை எரிப்பது அவர்தம் கருத்து, செயல்பாட்டுச் சுதந்திரம் சார்ந்ததுதான். நூலை எரிப்பது அதன்மீது வைக்கப்படும் இறுதி விமர்சனம் என்று கொள்ளலாம். தேசியக் கொடியை எரிப்பதுகூட அமெரிக்காவில் கருத்துச் சுதந்திரமாகவே பார்க்கப்படுகிறது.

பாசிஸ்ட்டுகள் நூல்களை எரித்தார்கள் என்பதால், நூல்களை எரிப்பவர்கள் எல்லாம் பாசிஸ்ட்டுகள் அல்ல. மனு தர்மத்தையும் கம்பராமாயணத்தையும் இந்திய அரசியல் சட்டத்தின் சில பிரிவுகளையும் எரித்த அம்பேத்கரும் பெரியாரும் அண்ணாவும் பாசிஸ்ட்டுகளா? இங்கே நூல் எரித்தல் என்பதை பாசிசத்தின் வெளிப்பாடாக அல்ல மாறாக அப்பிரதிகள் பற்றிய கடும் விமர்சனமாக அல்லது நிராகரிப்பாகவே பார்க்க வேண்டும்.

சரி, நூல் எரிப்பு அதிர்ச்சி தருவதற்கு என்ன காரணம்? ஆயிரம் மின்நூல்கள் அடங்கிய ஒரு மின் தகடு எரிக்கப்படும் காட்சி நமக்கு அதிர்ச்சி தருமா, அது பாசிசமாக வருணிக்கப்படுமா? இல்லை. காரணம், அச்சிட்ட நூலைச் சுற்றிப் புனித ஒளிவட்டம் ஒன்று உருவாகியிருக்கிறது. இதில் உலகப் பொதுவான அம்சங்களும் நமது பண்பாட்டுக்குரிய கூறுகளும் உண்டு. [illegible] கால் பட்டால் யாரும் கண்ணில் ஒற்றிக்கொள்வது இல்லை.

முன்னொரு காலத்தில் ஓலைச்சுவடிகள் புனிதமாகக் கருதப்பட்டன. இன்றும்கூட எல்லா ஓலைச்சுவடிகளும் பொக்கிஷமாகக் கருதப்படுகின்றன. அவற்றின் உள்ளடக்கம் சார்ந்து அவை மதிப்பிடப்படுவதில்லை.

சைவ மடங்கள் முற்காலத்தில் அச்சு நூல்களை மலிவானவையாகக் கருதி அனுமதி மறுத்திருந்தன. பின்னர், காலப்போக்கில் அச்சு நூலின் மீதும் புனிதம் படிந்துவிட்டது. நூல்கட்டை உடைக்கக் கூடாது, அட்டை கசங்கிவிடக் கூடாது, தாளை மடக்கக் கூடாது, நூல் பக்கங்களில் அடிக்கோடிட்டு எழுதக் கூடாது என்பன போன்ற மதிப்பீடுகள் நவீனத்துவத்தின் தாக்கத்தால் உருவானவை என்று எழுத்தாளரும் மொழி பெயர்ப்பாளரும் பேராசிரியருமான டிம் பார்க்ஸ் குறிப்பிடுகிறார்.

இத்தகைய புனிதப் பார்வை ஒரு நூலை மதிப்பிடுவதற்குப் பெருந்தடையாக இருப்பதையும் அவர் சுட்டிக் காட்டியுள்ளார்.

நூல்கள் தம்மளவில் பொக்கிஷம் அல்ல. அவற்றின் உள்ளடக்கமே அவற்றின் முக்கியத்துவத்தை உருவாக்க வேண்டும். அவற்றின் உள்ளடக்கம் பற்றித் தனது கருத்தை உருவாக்கிக்கொள்ள ஒரு வாசகருக்கு முழு உரிமை உள்ளது. தனது மதிப்பீட்டின் அடிப்படையில் தனது உடைமையான 'சத்திய சோதனை' பிரதியை எரிக்க வேண்டும் என்று முடிவெடுத்து, ஒரு வாசகர் அப்படிச் செய்தால், அது அவரது வெளிப்பாட்டுச் சுதந்திரம் என்றே பார்க்கப்பட வேண்டும், பாசிசச் செயல்பாடாக அல்ல.

ஒரு நூல் என்பது உள்ளடக்கம்தான். அச்சிட்ட புத்தகம் அதன் ஒரு உருவம் மட்டும்தான். ஒரு மின்நூலை அழிக்க, 'அழி' என்று ஒரு உத்தரவிட்டால் போதும். அதே தகவல் அழிப்புதான் ஒரு அச்சுப் பிரதியை எரிக்கும்போதும் நிகழ்கிறது. ஆனால், நூலை எரிக்கும்போது புத்தகக் காதலர்களின் மனம் துணுக்குறுகிறது. ஆசையாகத் தடவி, முகந்து, புரட்டி, படித்து, பாதுகாத்துக் கொண்டாடப்படும் ஒரு கருத்துப் பேழை எரிக்கப்படும்போது ஏற்படும் வலியை நாம் புரிந்துகொள்ள முடியும். இருப்பினும், கருத்து, செயல்பாட்டுச் சுதந்திரம் ஆகப் பரந்து விரிந்ததாக இருப்பதே ஒரு விவேகமான சமூகத்தின் அடையாளம். புத்தக எரிப்பு அத்தகையதொரு செயல்பாட்டுச் சுதந்திரம்தான்.

தி இந்து, மார்ச் 2015

தமிழ்ப் பதிப்புலகமும் உலகச் சூழலும்

பாரீஸ் என் மனதுக்கு நெருக்கமான நகரம். இதுவரை நான் பயணித்திருக்கும் நகரங்களில் ஆகப் பிடித்தமானது என்றாலும் மிகை இல்லை. 2002இல் முதல் முறையாக இங்கு வந்தேன். கலைச்செல்வன், வாசுதேவன் ஆகியோருடன், அதிலும் குறிப்பாகக் கலைச்செல்வனுடன் இரவு பகலாகப் பாரீஸில் சுற்றி அலைந்தேன். மிகப் பெரிய அனுபவம். பேருவகையில் இருந்தேன். நகரம் ஏற்படுத்திய கிளர்ச்சியுடன் கலைச்செல்வனுடன் ஏற்பட்ட 'கண்டதும் காதல்' போன்ற நட்புறவும் காரணம். மொத்தமாகப் பழகியது மூன்றே நாட்கள்தான் என்னும் கலைச்செல்வன் நெருங்கிய நண்பராக மனதில் இருக்கிறார். அதன் பின்னரான பாரீஸ் பயணங்கள் இன்னும் ஈடுசெய்ய முடியாத அவர் இழப்பை மேலும் மேலும் அழுத்தமாக உணரவைக்கின்றன. இந்த உரை அவருடைய நினைவுக்குச் சமர்ப்பணம்.

○

தமிழகப் பதிப்புச் சூழல் உலகமயமாதலின் தாக்கத்தில் உலகச் சூழலுடன் தவிர்க்க முடியாமல் இணைந்துகொண்டிருக்கிறது. அந்த இணைப்பின் பண்புகளையும் பக்க விளைவுகளையும் பற்றிப் புலம்பெயர்ந்த சமூகத்தினர் மத்தியில் பேசுவது ஒரு விதத்தில் பொருத்தமானது. கடந்த 30 ஆண்டுகளில் அரசியல், பொருளாதாரக் காரணங்

களுக்காகத் தமிழர்கள் இலங்கையிலிருந்தும் தமிழகத்திலிருந்தும் பெருமளவுக்குப் புலம் பெயர்ந்துள்ளனர். இந்தப் புலப்பெயர்வு தமிழ்ச் சமூகத்தை உலகச் சூழலுடன் நெருங்கச் செய்திருக்கிறது. கணினி யுகம் ஏற்பட்ட காலத்தில் தமிழைப் புதிய தொழில்நுட்பங்களுடன் இணைத்தவர்கள் புலம்பெயர்ந்த தமிழர்கள்தான் என்பதும் நினைவுகூரப்பட வேண்டிய செய்தி.

O

சுந்தர ராமசாமி 1988இல் தொடங்கி எட்டு இதழ்களுடன் நின்றிருந்த காலச்சுவடுஇதழைச் சில ஆண்டுகள் இடைவெளிக்குப்பிறகு 1994ஆம் ஆண்டு மீண்டும் தொடங்கினேன். 1995ஆம் ஆண்டு காலச்சுவடு பதிப்பகத்தைத் தொடங்கினேன். இந்தியாவில் தாராளவாதப் பொருளாதாரக் கொள்கை அமலாகித் தாக்கம் ஏற்படுத்தத் தொடங்கியிருந்தது. கணினிசார் தொழில்நுட்பங்கள் அச்சுக்கோக்கும் இயந்திரங்களை ஓரங்கட்டிக்கொண்டிருந்தன. தொலைத் தொடர்புப் புரட்சி ஏற்படத் தொடங்கியிருந்தது. அடுத்த சில ஆண்டுகளில் இணையமும் கைபேசிகளும் தமிழகத்தை எட்டின. இந்தச் சூழல்தான் இந்தியாவின் தென்கோடியிலிருந்து செயல்பட்ட காலச்சுவடு இதழும் பதிப்பகமும் உலகச் சூழலுடன் இணைய வழிசெய்தது. அக்கால கட்டத்தில் பொதுவாக உலக அளவில், பதிப்பகம் வேறாகவும் ஊடகங்கள் வேறாகவும்தான் செயல்பட்டுவந்தன. தமிழில் சில முன்னுதாரணமான விதிவிலக்குகள் உண்டு. சக்தி பதிப்பகம் வை.கோவிந்தன் சக்தி இதழையும் சிலகாலம் நடத்தினார். எழுத்து இதழுடன் சி.சு.செல்லப்பா நூல்களையும் வெளியிட்டார். அவை காலத்திற்கு முந்தைய முயற்சிகளாகவே அமைந்தன. வலுவான தாக்கத்தை ஏற்படுத்தியபோதிலும் அவை நின்று நிலைபெறவில்லை.

இன்று மீடியா ஒன்றிணையும் காலகட்டம். அதாவது இதழ்கள், பதிப்பகங்கள், காட்சி ஊடகங்கள், திரைப் படத்துறை போன்ற தனித்தனி வகைமைகள் ஒன்றுடன் ஒன்று நெருங்கி, கதைகூறலின் பலமுகங்களாக ராவணன் தலைகள்போன்று இணையத் தொடங்கியிருக்கின்றன.

காலச்சுவடின் ஆரம்ப கால நோக்கம் மிக எளிமையானது: காலாண்டு இலக்கியப் பண்பாட்டு இதழை நடத்துவது. சு.ரா.வின் படைப்புகளையும் புதுமைப்பித்தன், ஜி.நாகராஜன் போன்ற இலக்கிய முன்னோடிகளின் படைப்புகளையும் வெளியிடுவது. பதிப்பகமும் இதழும் ஒன்றுக்கு ஒன்று தாங்கலாக இருக்கும் என்ற எதிர்பார்ப்பு இருந்தது. காலச்சுவடுக்குப் பின்னர் தமிழகத்தில் இதழ்களும் பதிப்பகங்களும் ஒன்றிலிருந்து மற்றொன்றை

உருவாக்கின. கடந்த 15 ஆண்டுகளில் தமிழ்ப் பதிப்புலகம் கண்டுவரும் வளர்ச்சியை வெகுஜன இதழ்கள் பெருமளவுக்குப் புறக்கணித்தன. இன்றும் புறக்கணித்து வருகின்றன. நூல் விமர்சனம், புதிய நூல்கள் பற்றிய தகவல்கள், எழுத்தாளர்களுடன் உரையாடல், பதிப்புலகச் செய்திகள் என்பனவற்றிற்கு வெகுஜன ஊடகங்கள் அளித்துவரும் இடம் ஆகக் குறைவானது. தமிழ்த் திரைப்படத் துறை பெறும் கவனத்துடன் ஒப்பிட்டால் இது தெளிவுபெறும். இந்நிலையில் மாற்றுப் பதிப்பகங்கள் வாசகரைச் சென்றடையத் தமக்கான மாற்று ஊடகங்களை ஏற்படுத்திக்கொள்வது அவசியம்.

❍

தமிழகப் பதிப்புலகம் தொடர்பான தெளிவான புள்ளிவிவரங்கள் எதுவும் இல்லை. பதிப்பகங்களின் எண்ணிக்கை, ஆண்டுதோறும் வெளிவரும் புத்தகங்களின் எண்ணிக்கை, தமிழ்ப் புத்தகச் சந்தையின் ஒட்டுமொத்த ஆண்டு விற்பனை போன்றன எல்லாமே உத்தேசக் கணக்குகள்தான். தமிழ்ப் பதிப்புலகம் பற்றிய விரிவான கணக்கெடுப்புகள் எதுவும் இல்லாத நிலையில் அதன் வளர்ச்சியையும் காரணிகளையும் ஆதாரப்பூர்வமாக முன்வைப்பது சாத்தியமல்ல. இருப்பினும் சில அனுமானங்களை விவாதிக்கலாம்.

தமிழ்ப் பதிப்புலகம் கண்டுவரும் வளர்ச்சி என்பது பெரும்பாய்ச்சல் அல்ல. ஆனால் தெளிவான அழுத்தமான முன்னகர்வு. இது சில தருக்கங்களும் சில விசித்திரங்களும் கொஞ்சம் மர்மங்களும் கலந்தது.

பொருளாதாரத் தாராளவாதம் தமிழகத்தில் நடுத்தர வர்க்கத்தை விரிவுபடுத்தியது. நகரமயமாதல் வேகமடைந்தது. பணப் புழக்கம் அதிகரித்தது. ஆனால் தமிழ் மொழிக்கும் பிழைப்பின் சாத்தியங்களுக்குமான பிளவு மேலும் விரிவடைந்தது. ஆங்கிலத்தின் இடமும் இருப்பும் வலுப்பெற்றன. இன்று கல்வி அதிகமும் ஆங்கிலவழிக் கல்வி ஆகிவருகிறது. தமிழில் எழுதப் படிக்க முடியாத இளையர்களின் தொகை நகர்ப்புறங்களில் பெருகிவருகிறது. பொருளாதார வளர்ச்சியும் கல்வியும் இதழ்களை, புத்தகங்களை வாங்கும் சாத்தியமுடைய மக்கள் பரப்பை அதிகரித்த அதேவேளையில், பொதுவாழ்வில் தமிழுக்கான இடம் பின்னடைவு கண்டது. இந்தப் பின்னணியில்தான் தமிழ்ப் பதிப்புலகில் பல மாற்றங்களும் முன்னேற்றங்களும் ஏற்பட்டன. தமிழ்ப் பதிப்புலகம் கண்ட வளர்ச்சிக்குச் சென்னைப் புத்தகச் சந்தை ஒரு குறியீடு. 1990களில் சென்னைப் புத்தகச் சந்தையில் ஒரு வாசகர் ஒய்யாரமாக நடைபயில முடியும். நண்பர்களுடன்

கூடியமர்ந்து இலக்கியப் பேச்சுகளை ஊதிப்பெருக்க முடியும். அக்காலத்தில் சென்னைப் புத்தகச் சந்தையை அனுபவித்த ஒருவர் இன்று திரும்பி வந்தால் பண்பாட்டு அதிர்ச்சிக்கு உள்ளாவது நிச்சயம். இன்று ஜனக்கூட்டத்தைக் கட்டுப்படுத்த முடியாமல் திணறுகிறது பாப்பாசி. தென்கோடியில் நாகர்கோவிலில் இவ்வாண்டு முதல்முறையாக நடந்த புத்தகச் சந்தையில் பெருங்கூட்டத்தில் மூச்சுத் திணறல் ஏற்பட்டது. அங்கு நூல்கள் வாங்கியவர்கள் பலரும் வாழ்வில் முதல் முறையாகப் பாடப்புத்தகம் அல்லாத ஒரு நூலை வாங்கினர்.

உலகமயமாதல் சூழலில் பல லட்சம் தமிழ் இளையர்கள் கணினி, மென்பொருள், தொழில்நுட்பம் சார்ந்த கார்ப்பரேட் நிறுவனங்களில் பணியாற்றுகின்றனர். புதிய நடுத்தர வர்க்கமாக உருவாகிவருகின்றனர். அதே நேரம் இந்த மாற்றம் மண்ணிலிருந்தும் மொழியிலிருந்தும் அவர்களை அந்நியப்படுத்துகிறது. இன்றைய கல்வியும் புதிய தலைமுறையின் ஊடக, இணைய ஈடுபாடும் புத்தகங்களிலிருந்து அவர்களை அந்நியப்படுத்துகிறது. இதற்கு எதிர்வினையாக மொழியையும் பண்பாட்டையும் அதே தொழில்நுட்பங்களின்வழி மீட்டெடுக்கும் எதிர்வினை ஏற்படுகிறது. இணையம் தமிழின் புதிய திணையாகிறது. தமது குழந்தைகளைத் தமிழுடன், புத்தகங்களுடன் இணைக்கும் ஆர்வம் பெற்றோருக்கு ஏற்படுகிறது. உயர் வருமானம் பெற்றுச் செழிப்படையும் இளையர்களில் விழிப்புணர்வுடைய பகுதியினர் தமிழ்ச் சமூகத்தை மேம்படுத்தவும் பண்பாட்டைச் செழுமைப்படுத்தவும் விழைகின்றனர். இவர்கள் பதிப்பகங்களில் முதலீடு செய்கின்றனர். புத்தகக் கடைகள் நடத்துகின்றனர். தமிழுக்கும் தொழில்நுட்பத்திற்கும் இடையில் பாலங்கள் அமைக்கின்றனர். இணையம்வழி உலகெங்கும் தமிழ் நூல்கள் கிடைக்க வழிதேடுகின்றனர்.

கல்வியின் பரவலாக்கம், தமிழ் ஊடகங்களிலும் பெரும் வளர்ச்சியை ஏற்படுத்தியது. பொருளாதாரக் காரணிகளிலும் சாதி மதக் காரணிகளிலும் கல்வியற்றிருந்த சமூகத்தினர் கல்வி பெற்றுப் பொதுச் சமூகத்தில் இணைந்துவருகின்றனர். இவர்களில் கணிசமானவர்கள் ஆங்கிலவழிக் கல்வி கற்றாலும் நடைமுறையில் பெரும்பான்மையோருக்குத் தமிழ்தான் கல்வி கற்க, விளங்கிக்கொள்ள, பகிர்ந்துகொள்ள, தொடர்பாடும் மொழியாக இருக்கிறது. இவர்களின் வரவால் தமிழ் நாளிதழ்கள், இதழ்கள், நூல்களின் விற்பனை பெருகுகிறது. சென்னையில் ஊடகங்களிலும் திரைப்படங்களிலும் பணியாற்றுபவர்களுக்குத் தமிழையும் தமிழ்ப் பண்பாட்டையும் உயிர்ப்புடன் அறிய வேண்டிய

அத்தியாவசியம் ஏற்படுகிறது. சக்கையான பாடநூல்களில் கற்காதவற்றை நூல்கள்வழி அறிவது முக்கியமாகிறது. இந்தத் தமிழ் ஊடகங்களின் தாக்கத்தால் கல்விச் சூழலையும் மீறித் தமிழ் பரவுகிறது. உலகெங்கும் புத்தகக் கடைகள் மூடப்படும் சூழலில் சென்னையில் பல புதிய தமிழ்ப் புத்தகக் கடைகள் திறக்கப்படுகின்றன. ஆங்கில நூல்களை மட்டுமே விற்பனை செய்த கார்ப்பரேட் புத்தகக் கடைகள் தமிழ்ப் புத்தகச் சந்தையின் வீச்சை உணர்ந்து தமிழ் நூல்களை விற்பனை செய்கின்றன. சுமார் 20 இணையதளங்களில் தமிழ் நூல்கள் விற்பனை செய்யப்படுகின்றன. காலச்சுவடைத் தொடங்கிய காலத்தில் சென்னையில் எம் நூல்களை விற்பனை செய்யும் மையங்கள் ஒன்று அல்லது இரண்டு. இன்று அதன் எண்ணிக்கை பல மடங்கு அதிகரித்துவருகிறது. கடந்த 30 ஆண்டுகளில் தமிழ் நாளிதழ்களின் விற்பனை பல மடங்கு அதிகரித்திருக்கிறது. தமிழில் கடந்த ஆண்டு *'தி இந்து'* என்ற புதிய நாளிதழ் உருவானது. தமிழ் இதழ்களின் தொகையும் பெருகிவருகிறது. மேற்கத்தியச் சூழலில் தொலைக்காட்சியின் வரவு ஊடகங்களைப் பாதித்தது. தமிழில் தொலைக்காட்சியின் ஊடுருவல் 100 சதவீதத்தை எட்டிய காலத்தில்தான் அச்சு ஊடகங்களும் வளர்ச்சி காண்கின்றன. இந்திய/தமிழ்ச் சூழலின் தனித்தன்மைக்கு இது சான்று. மேற்கில் புத்தகப் பண்பாட்டில் இன்று நடக்கும் எல்லா மாற்றங்களும் நாளை இங்கும் நடக்கும் என்று இயந்திர கதியில் யோசிப்பது பிழையாகிவிடக் கூடும்.

❍

வரும் ஆண்டுகளில் தமிழ் நூல்கள் மின் நூல்களாக வெளிவரும் சாததியம கூடிவருகிறது. இந்த மாற்றம் முக்கியமானது. குறிப்பாகத் தமிழர்கள் அரசியல், பொருளாதாரக் காரணிகளுக்காக உலகெங்கும் வசிக்கும் சூழலில் இது மேலும் முக்கியத்துவமுடையதாகிறது. எல்லா நாடுகளிலும் தமிழ் நூல்கள் விநியோகம் செய்யும் அளவுக்குத் தமிழ்ப் புத்தகச் சந்தை வளர்ச்சி பெறவில்லை. தமிழ் சினிமா குறுந்தகடுகளும் தேங்காய்ப் பாலும் உலகளாவ விநியோகம் பெறும் தேவை தமிழ்ச் சமூகத்தில் தமிழ் நூல்களுக்கு இல்லை. எனவே தமிழ் வாசகருக்கு மின்நூல்கள் வடிகாலாக முடியும். புலம்பெயர் சூழலில் வளரும் புதிய தலைமுறையை எட்ட மின் நூல்கள் வழிசெய்யக்கூடும். ஒரு நூல் என்பது அச்சடிக்கப்பட்ட தாள்களை அட்டைபோட்டுத் தயாரிப்பது என்ற பார்வை மாறி, நூல் என்பது அதன் உள்ளடக்கம்தான் என்னும் பார்வை ஏற்பட்டிருக்கிறது. அதன் வடிவம் அச்சு நூலாகவோ, ஒலிப் பேழையாகவோ, ஒளிப் பேழையாகவோ, மின் நூலாகவோ

இருக்கலாம். பேழைகளின் காலம் முடிவுக்கு வந்ததும் கோப்புகள் தரவிறக்கம் செய்யப்படும்.

மின் நூல்களின் வருகை மேற்கில் அச்சு நூல்களின் சந்தையைப் பாதிக்கிறது. ஆனால் தமிழில் இது நிகழும் சாத்தியம் இன்னும் சில பத்தாண்டுகளுக்கு இல்லை. மின் நூல்கள் தமிழில் புத்தகச் சந்தையை விரிவுபடுத்தி வலுப்படுத்துமே அன்றி அச்சு நூல்களை அழிக்கப்போவதில்லை. தொழில்நுட்ப மாற்றங்கள் அத்தனை எளிதில் தமிழ்ச் சமூகத்தில் வீச்சாகப் பரவ முடியாது. அதற்குப் பண்பாட்டுக் காரணிகளும் பொருளாதார தொழில்நுட்பக் காரணிகளும் உண்டு. தமிழின் முதல் அச்சு நூல் கோவாவில் 16ஆம் நூற்றாண்டில் அச்சிடப்பட்டுப் பின்னரும் சில நூற்றாண்டுகளுக்குத் தமிழ் ஓலைச்சுவடிகள் தொழில்பட்டன. முதலில் அச்சு நூலாக வெளிவந்த பாரதியின் படைப்புகள் ஓலைச்சுவடியில் நகல் செய்யப்பட்டிருப்பதைக் கண்டதாக ஒரு ஆய்வாளர் என்னிடம் கூறினார். காரணம் அச்சும் தாளும் அன்று மலிவான வழிமுறைகளாகவும் ஓலைச்சுவடி உயர்குடிச் சாதனமாகவும் புனிதமானதாகவும் பார்க்கப்பட்டன. சைவ மடங்கள் 19ஆம் நூற்றாண்டுவரை அச்சு நூல்களை ஏற்க மறுத்தன.

எனவே தமிழ்ப் பதிப்புலகம் காணும் மாற்றங்களைப் பொருளாதார, தொழில்நுட்பக் காரணிகளின் அடிப்படையில் மட்டும் விளங்கிக்கொள்வது பிழையானது. தமிழ்ச் சமூகத்தின் எல்லாப் பண்பாட்டு அரசியல் மாற்றங்களிலும் தமிழ்ப் பற்றுக்கு முக்கிய இடமுண்டு. தமிழ் ஒரு மதமாகச் செயல்படுவதாகப் பார்த்தால்தான் தமிழ்ப் பற்றை முழுமையாக விளங்கிக்கொள்ள முடியும். திருவள்ளுவர் தமிழரின் இறைவனார். திருக்குறள் புனித நூல். தொல்காப்பியர், கம்பர், இளங்கோவடிகள் துணை தெய்வங்கள். எனவே தமிழ்ப் பண்பாட்டு மாற்றங்களில் தமிழ்ப் பற்றின் பங்களிப்பைக் குறைத்து மதிப்பிடுவது பிழையாக அமையும்.

அத்தோடு கடந்த 25 ஆண்டுகளில் தமிழகத்தில் சமூக மாற்றங்கள் துரிதம் பெற்றுள்ளன. கருத்தியல் சார்பு, சமூகப் போட்டியுணர்வு, விழிப்புணர்வு போன்றனவும் தமிழகப் பதிப்புலக மாற்றங்களில் முக்கியப் பங்கு வகிக்கின்றன. உதாரணத்திற்கு முஸ்லிம் சமூகத்தில் ஏற்பட்டுவரும் விழிப்புணர்வு, விவாதங்கள், முரண்பாடுகளின் வெளிப்பாடாக இன்று சுமார் 10 இதழ்கள் வெளிவருகின்றன. பல பதிப்பகங்களும் உருவாகியுள்ளன.

தமிழர்களின் நூற்றாண்டு காலப் புலம்பெயர்வு தமிழை உலக மொழியாக மாற்றியிருக்கிறது. தமிழகத்திற்கும் இலங்கைக்கும்

அப்பால் பல மில்லியன் தமிழர்கள் இன்று வாழ்கிறார்கள். சிங்கப்பூர் மலேசியாவில் பெரும் எண்ணிக்கையில் வாழ்கிறார்கள். ஐரோப்பாவில், வட அமெரிக்காவில் ஒரு சில மில்லியன் தமிழர்களும் வாழ்கிறார்கள் என்பது ஒரு உத்தேசக் கணக்கு. இந்தப் பின்னணியில் மொத்தத் தமிழ்ச் சமூகத்திற்கும் தமிழகமே பதிப்பக அடிப்படையாக இருப்பது ஆரோக்கியமானது அல்ல. தமிழ்ப் பதிப்பகங்கள் பிராந்திய அடிப்படையில் உருவாக வேண்டும். தமிழகத்தில் அச்சாகும் நூல்களைப் பெரும் செலவில் ஏற்றுமதி செய்வது பொருத்தமான வழிமுறை அல்ல. மாறாகக் கிழக்காசியாவிலும் ஐரோப்பாவிலும் வட அமெரிக்காவிலும் தமிழ்ப் பதிப்பகங்கள் உருவாக வேண்டும். தமிழகத்தில் வெளியாகும் நூலுக்கு வட அமெரிக்காவில் விற்பனைச் சாத்தியம் இருந்தால் அதற்குப் பிராந்திய உரிமை பெற்று வட அமெரிக்காவில் பதிப்பிக்க வேண்டும். அதேபோல ஐரோப்பாவில் வெளியாகும் தமிழ் நூலுக்குத் தமிழகத்தில் விற்பனைச் சாத்தியம் இருக்கும்பட்சத்தில் அதற்கான தமிழக உரிமையை வாங்கி அச்சிட வேண்டும். தமிழ்ப் புத்தகச் சந்தை முழு வளர்ச்சியடையும்போது இது சாத்தியம்தான். தமிழரைவிடவும் மக்கள் தொகையில் குறைந்த எண்ணிக்கையினரால் பேசப்படும் உலக மொழிகளில் இந்த வளர்ச்சி சாத்தியப்பட்டுவருகிறது. ஜெர்மன், ஸ்பானிஷ், ஆங்கிலம், பிரெஞ்சு போன்ற மொழிகளில் இன்று நடைபெறும் இத்தகைய பரிமாற்றம் தமிழிலும் சாத்தியமாகும்போது தமிழ் உலக மொழியாகத் தகுதிபெறும். அவ்வாறு தமிழ் உருப்பெறும் கனவுடன் என் உரையை நிறைவுசெய்கிறேன்.

பாரீஸ் நண்பர்களுடன் பேசும் இந்த வாய்ப்பை ஏற்படுத்தித் தந்த லக்ஷ்மிக்கும் பௌசருக்கும் நன்றி.

(அக்டோபர் 20, 2013இல் பாரீஸில் *உயிர்நிழல்* ஒழுங்கு செய்த சந்திப்பில் பேசியது. இதன் சுருக்கிய கட்டுரை வடிவம் *தி இந்து* (04.01.2014) நாளிதழில் பிரசுரிக்கப்பட்டது)

***காலச்சுவடு*, இதழ் 174, ஜூன் 2014.**

பிராங்பர்ட் புத்தகச் சந்தை: பதிப்புலகின் ஐ.நா. சபை

பிராங்பர்ட் புத்தகச் சந்தை, பதிப்பாளர்களின் மெக்காவாக அறியப்படுவது. ஆண்டுக்கொரு முறை அங்கு செல்வது உலகப் பதிப்பாளர்களுக்குப் பொருள் பொதிந்த ஒரு சடங்கு. நூற்றுக்கும் மேற்பட்ட நாடுகளிலிருந்து பதிப்பாளர்கள், புத்தக விநியோகிப்பாளர்கள், எழுத்தாளர்கள், அச்சகப் பிரதிநிதிகள், பத்திரிகையாளர்கள், திரைப்படத் துறையினர் என நூல்கள் தொடர்பான பலதரப் பட்டவர்களும் கலந்து கொள்கிறார்கள். சுமார் 7,300 நூல் அரங்குகள். 12 கால்பந்தாட்ட மைதானங்களின் பரப்பளவில் அரங்கங்கள் அமைக்கப்படுகின்றன. உள்ளே பயணிக்க இலவசப் பேருந்துகளும் ஏறும் படிகளும் நகரும் பாதைகளும் உண்டு. சுமார் மூன்று லட்சம் பேர் வருகைதருகிறார்கள். ஆனால், புத்தக விற்பனை கிடையாது. தொழில்சார் பரிவர்த்தனைகளுக்கான சந்தை இது. பதிப்புலகச் செய்திகளைச் சேகரிக்க உலகெங்குமிருந்து சுமார் 10,000 பத்திரிகையாளர்கள் வருகைதருகிறார்கள்.

ஆயிரம் ஆண்டு மரபு

இந்தச் சந்தையின் பூர்வீகம் சுமார் 1,000 ஆண்டுகளுக்கு முன்னர் தொடங்குகிறது. 12ஆம் நூற்றாண்டில் கைப்பட எழுதப்பட்ட நூல்களின்

பரிவர்த்தனை பிராங்பர்ட்டில் நடந்திருப்பதற்கான சான்று இருக்கிறது. ஜோனஸ் குட்டன்பர்க் என்ற ஜெர்மானியக் கொல்லர் 1439ஆம் ஆண்டு அச்சுக்கோக்கும் முறைமையை உருவாக்கிய பின்னர், அச்சு நூல்களின் சந்தையாக பிராங்பர்ட் ஊக்கம் பெற்றது. இன்றுவரை தொடர்ந்துவரும் இந்தப் புத்தகச் சந்தை மரபு, சில காலங்களில் செழித்தோங்கியது, சில கால கட்டங்களில் நலம் குன்றித் தத்தளித்தது. போர்க் காலங்களில் தடைப்பட்டதும் உண்டு.

நவீன பிராங்பர்ட் புத்தகச் சந்தையின் வரலாறு இரண்டாம் உலகப் போருக்குப் பின்னர் 1948இல் தொடங்குகிறது. இந்தச் சந்தையை ஜெர்மானியப் பதிப்பாளர் சங்கத்தின் கட்டுப் பாட்டில் இயங்கிவரும் பிராங்பர்ட் புத்தகச் சந்தை நிறுவனம் செயல்படுத்திவருகிறது.

பிராங்பர்ட்டில் என்ன நடக்கிறது?

மொழிபெயர்ப்பு உரிமைப் பரிமாற்றம், விநியோக உரிமைகள், அச்சகர் – பதிப்பாளர் சந்திப்பு, நூல்களுக்குத் திரைப்பட உரிமை பெறுதல், பழம்பதிப்புகளின் கண்காட்சி, மின்நூல்களுக்கு உரிமை என அனைத்தும் இந்தச் சந்தையில் நடக்கும். சுமார் 50,000 ஒப்பந்தங்கள் கையெழுத்தாகின்றன. இது நீங்கலாக, எழுத்தாளர்கள் சந்திப்பு, மென்பொருள் அறிமுகம், பதிப்புத் துறை, கல்வி தொடர்பான மாநாடுகள் என நூற்றுக் கணக்கான நிகழ்வுகள். மாலையில் பல விருந்துகளும் நடக்கும். சந்தையின் உள்ளேயே சிறிய, பெரிய உணவகங்கள், காபிக் கடைகள், மதுபானக் கடைகள் உண்டு.

ஒவ்வொரு வருடமும் அக்டோபர் மாதம் ஒரு புதன்கிழமை தொடங்கி ஞாயிறு அன்று புத்தகச் சந்தை முடிவடைகிறது. ஐந்து நாட்களில் புதன், வியாழன், வெள்ளி முழுவதுமாகத் தொழில்சார் பணிகள். சனியன்று அனுமதிக் கட்டணம் குறைக்கப்படுகிறது. பார்வையாளர் சிலர் வருவதுண்டு. முன்திட்டமிடாத சந்திப்புகளும் நடக்கும். ஞாயிறு முழுவதுமாகப் பார்வையாளர் நாள். பார்வைக்கு வைத்திருக்கும் புத்தகங்களை விற்பனை செய்ய அன்று மட்டும் அனுமதி உண்டு.

புத்தகச் சந்தை காலை 9 மணிக்குத் தொடங்கி மாலை 6:30 மணிக்கு முடிவடைகிறது. ஒவ்வொரு சந்திப்பும் 30 நிமிடங்கள். அக்டோபரில் நடக்கும் சந்திப்புகளுக்கு ஜூன் மாதமே மின்னஞ்சல் வழி நேரம் குறிக்கும் பணி துவங்கிவிடுகிறது. நாளொன்றுக்குச் சுமார் 15 சந்திப்புகள். ஒவ்வொரு சந்திப்பையும்

நேர விரயமின்றி முழுமையாகப் பயன்படுத்திக்கொள்ள முன்தயாரிப்பு அவசியம்.

பதிப்பாளர்களுக்கு உதவும் இரண்டு திட்டங்கள்

1998இல் பிராங்பர்ட் புத்தக நிறுவனம் தனது பொன்விழாவைக் கொண்டாடிற்று. அந்த ஆண்டு 'பிராங்பர்ட் புக்ஃபேர் ஃபெலொஷிப் புரோகிராம்' என்ற புதிய பயிற்சித் திட்டம் ஒன்றை அறிமுகப்படுத்தியது. இந்த ஆண்டு அந்தத் திட்டத்தின் 15ஆம் ஆண்டு. இதுவரை 48 நாடுகளைச் சேர்ந்த 270க்கும் மேற்பட்ட பதிப்பாளர்கள் இந்தத் திட்டத்தில் பயன்பெற்றுள்ளனர். 2007இல் இந்தத் திட்டத்தில் பங்குபெறும் வாய்ப்பு எனக்குக் கிடைத்தது.

இந்தத் திட்டத்தின் கீழ் ஒவ்வொரு ஆண்டும் 18 இளம் பதிப்பாளர்களை உலக நாடுகளிலிருந்து தேர்வுசெய்கின்றனர். அவர்களை பிராங்பர்ட்டுக்கு அழைத்து ஜெர்மனியின் பல நகரங்களில் பரந்திருக்கும் பதிப்பாளர்களைச் சந்திக்க 10 நாள் பயணமாக அழைத்துச்செல்கின்றனர். இந்தத் திட்டம் பிராங்பர்ட் புத்தகச் சந்தைக்கு முன்னர் தொடங்குகிறது. பயணத்துக்குப் பின்னர், இவர்களைப் புத்தகச் சந்தைக்கு அழைத்துவந்து அதன் செயல்முறைகளை அறிமுகப்படுத்துகின்றனர். இதில் பங்கேற்கும் பதிப்பாளருக்கு இரண்டு முக்கியப் பயன்கள் விளைகின்றன. உலகப் பதிப்புச் சூழல் பற்றிப் புரிந்துகொள்ளும் வாய்ப்பும் ஜெர்மானியச் சந்தையை அறியும் வழிமுறையும் கிடைக்கின்றன. இரண்டு வாரங்கள் உடன் பயணிக்கும் பதிப்பாளர்களுடன் ஏற்படும் நட்பும் பிணைப்பும் கற்கவும் செயல்படவும் துணைசெய்கின்றன.

இதேபோன்ற இன்னொரு திட்டம் பதிப்பாளர் அழைப்புத் திட்டம் (இன்விடேஷன் புரோகிராம்). இதில் வளரும் உலக நாடுகளின் பதிப்பாளர்கள் அழைக்கப்பட்டு, சிறிது பயிற்சிக்குப் பின்னர், அவர்களுக்கு அன்பளிப்பாக ஒரு அரங்கு வழங்கப் படுகிறது. சந்தையில் பங்கேற்பில்லாத நாடுகளுக்கு முன்னுரிமை. எளிய பதிப்பாளர்கள் பிராங்பர்ட் சந்தையில் கால்பதிக்க அரிய வாய்ப்பாக இது அமைகிறது.

புதியன சாதிக்க...

தமிழ்ப் பதிப்பாளர்கள் புதியனவற்றைச் சாதிக்க விரும்பினால், உலகப் புத்தகச் சந்தைகளில் பங்கேற்பது அவசியம். தனியாகவோ, குழுவாகவோ செல்லலாம். சிறப்புத் திட்டங்கள்

வழியாகவும் செல்லலாம். தற்போது தமிழகத்திலிருந்து சில அச்சகப் பிரதிநிதிகளும், இலக்கியம், கல்வி, குழந்தை இலக்கியம், ஆன்மிக நூல்களின் பதிப்பாளர்கள் சிலரும் உலகப் புத்தகச் சந்தைகளில் கலந்துகொள்கின்றனர். இவர்களின் எண்ணிக்கை பெருக வேண்டும்.

இந்த ஆண்டு பதிப்பாளர் பயிற்சித் திட்டத்தில் தேர்வு பெற்றவர்கள், நட்சத்திர மதிப்பு கொண்ட, மூத்த ஜெர்மானியப் பதிப்பாளர் ஒருவரைச் சந்தித்தனர். அவர் வழங்கிய அறிவுரை: வாசியுங்கள்!

தமிழ்ப் பதிப்புலகின் கேடு, அநேகப் பதிப்பாளர்கள் வாசகர் அல்ல என்பதுதானோ?

தி இந்து, நவம்பர் 13, 2013

சூதும் தீதும் பிறர் தர வாரா
அருந்ததி ராய் தமிழுக்கு
வாராத காதை

'சின்ன விஷயங்களின் கடவுள்' நூல் வெளியீட்டு நிகழ்ச்சியில் அந்நூல் மொழிபெயர்க்கப்பட்ட முன் கதையைச் சுகுமாரன் பேசும்வரை அக்கூட்டத்தில் அதை அவர் பேசவிருந்தது எனக்குத் தெரியாது. நிகழ்ச்சியில் சுகுமாரன் உண்மையைப் பேச வேண்டும் என்று மனுஷ்யபுத்திரன் முகநூலில் விடுத்த கோரிக்கையே அவருக்குத் தூண்டுதலாக இருந்திருக்க வேண்டும். யாரும் காலச்சுவடு நிகழ்ச்சியில் உண்மையை மட்டுமல்ல, தமது கருத்துகளைப் பேசுவதிலும் எனக்குப் பிரச்சினை இருந்ததில்லை. காலச்சுவடு போதிக்கும் விஷயங்கள் மிகக் குறைவு. அதில் கருத்துச் சுதந்திரமும் காப்புரிமையும் முக்கியமானவை. அமைப்பின் உள்ளே கடைப்பிடிப்பவற்றை வெளியேயும் போதிப்பதே சிறப்பு.

உண்மையைப் பேச சுகுமாரனுக்கு நெருக்கடி கொடுத்து எழுதப்பட்ட முகநூல் குறிப்பு இவ்வாறு முடிகிறது: 'கவிஞர்கள் எப்போதும் எதற்காகவும் உண்மையை விட்டுக்கொடுக்காதவர்கள் இல்லையா?' கவிஞர் சுகுமாரன் அவர் அறிந்த உண்மையைப் பேசிவிட்டார். பேசிய பின்னர் அருந்ததி ராயுடன் மேடையிலேயே உரையாடியதில் தனக்குச் சொல்லப்பட்ட தகவல்களின் அடிப்படையில் அன்று தான் பேசியது முழுமையான

உண்மைதானா என்ற கேள்வியும் அவருக்கு ஏற்பட்டிருக்க வேண்டும். கடந்த பல வருடங்களாக நேர்ப்பேச்சுகளிலும் எழுத்திலும் இப்பிரச்சினையைப் பேசிவரும் கவிஞர் மனுஷ்யபுத்திரன், நாவலின் மொழிபெயர்ப்பாளர் ஜி. குப்புசாமி, எடிட்டர் கவிஞர் சுகுமாரன் உட்பட யாரிடமேனும் ஒருமுறையேனும் உண்மையை விட்டுக்கொடுக்காமல் பேசினாரா என்பதைப் பார்ப்போம்.

இப்பிரச்சினை பற்றி நான் இதுவரை பேசியதில்லை. இப்போது பதிப்பாளராகக் காலச்சுவடு பதிப்பகத்தின் செயல்பாட்டையும் அருந்ததி ராய் மீது தொடர்ந்து முன்வைக்கப்படும் பண மோசடிக் குற்றச்சாட்டையும் தெளிவுபடுத்த வேண்டிய அவசியம் ஏற்பட்டுள்ளது.

The God of Small Things நூலைத் தமிழில் வெளியிட 2003இல் அனுமதி பெற்று ஒப்பந்தம் செய்த மனுஷ்ய புத்திரன் இதுவரை அது தொடர்பான எந்த ஆவணத்தையும் வெளியிட்டதில்லை. ஒப்பந்தம் கையெழுத்திடப்பட்ட மாதத்தையும் முன்பணமாகக் கொடுக்கப்பட்ட தொகையையும் சற்றே பிழையாகத் தெரிவித்திருப்பதைத் தவிர எந்தச் சரியான, தெளிவான தகவலையும் தந்ததில்லை. மொழிபெயர்ப்பாளர் ஜி. குப்புசாமியோ உடனிருந்து உதவிய சுகுமாரனோ ஆதரித்து எழுதிய யமுனா ராஜேந்திரனோ இந்த விவகாரம் தொடர்பான எந்த ஆவணங்களையும் கண்டதில்லை. இப்போது அருந்ததி ராய் வழியாக அவருடைய இலக்கிய ஏஜென்சியான டேவிட் காட்வின் ஏஜென்சியிலிருந்து உயிர்மை பதிப்பகத்துடன் கையெழுத்திட்ட ஒப்பந்தத்தின் நகலைப் பெற்றிருக்கிறேன். அத்துடன் அந்த ஒப்பந்தம் 2005 ஏப்ரல் மாதத்தோடு தானாகவே ரத்தாகிவிட்டதை அறிவித்து உயிர்மை பதிப்பகத்திற்கு டேவிட் காட்வின் ஏஜென்சி ஆகஸ்ட் 2005இல் அனுப்பிய கடிதத்தின் நகலையும் பெற்றிருக்கிறேன்.

2011 பிப்ரவரியில் உயிர்மையில் இரண்டு கட்டுரைகள் வெளிவந்தன. யமுனா ராஜேந்திரனின் 'ஜெயமோகன் ஏன் அருந்ததி ராயை வெறுக்கிறார்?' (http://www.uyirmmai.com/Content Details.aspx?cid=4055) என்ற கட்டுரை. மற்றது மனுஷ்யபுத்திரனின் 'அருந்ததி ராய் உயிர்மைக்குச் செய்தது என்ன?' (http://www.uyirmmai.com/Content Details.aspx?cid=4067)

யமுனா ராஜேந்திரன் மேற்படி கட்டுரையில் இப்பிரச்சினை தொடர்பாக, உறுதிப்படுத்திக்கொள்ளாத தகவல்களின் அடிப்படையில், உயிர்மை சார்பாக நின்று எழுதியிருக்கிறார்.

"உயிர்மை பதிப்பகம்தான் தமிழில் 'த காட் ஆப் ஸ்மால் திங்க்ஸ்' நாவலை வெளியிடும் உரிமையைப் பெற்றது. அமெரிக்காவில் வாழும் நாவலாசிரியரான காஞ்சனா தாமோதரன் மூலம் இலண்டனிலுள்ள ராயின் இலக்கியப் பிரதிநிதியைத் தொடர்புகொண்டு ஐம்பதனாயிரம் முன்பணம் செலுத்தித் தமிழ் உரிமை பெறப்பட்டது. ஜி. குப்புசாமி அதனை மொழிபெயர்த்து ராய்க்கு ஒரு பிரதியும், அவரது பிரதிநிதிக்குப் பிறிதொரு பிரதியும் அனுப்பப்பட்டது. தமிழகத்திலுள்ள ராயின் நண்பரொருவர் உயிர்மை பதிப்பகம் குறித்துச் சொன்ன எதிர்மறையிலான அபிப்பிராயத்தினால், ராயினால் அப்புத்தகம் தாமதிக்கப்பட்டது. மொழிபெயர்ப்பு தபாலில் சரியான அல்லது ஒப்புக்கொள்ளப்பட்ட காலத்தினுள் வரவில்லை என்கிற காரணம் சொல்லப்பட்டு, கொடுக்கப்பட்ட முன்பணம் அப்படியே இருக்க, மொழிபெயர்ப்புப் பிரதியும் இருக்க அந்தரத்தில் பிரச்சினை அப்படியே நின்றுகொண்டிருக்கிறது. புத்தகம் திட்டமிட்டபடி உயிர்மையினால் கொண்டுவர முடியவில்லை."

(உயிர்மை, பிப்ரவரி 2011)

இக்கட்டுரையில் ஜெயமோகனை ஆதாரமின்றிப் பேசுபவராக யமுனா சரியாகவே விமர்சிக்கிறார். அவருடைய மேற்படிக் கூற்று, இப்போது கைவசம் கிடைத்திருக்கும் ஆவணங்களின் அடிப்படையில் பார்க்கையில், பிழையானது. ஆதாரமின்றி யமுனா பேசியிருப்பதாக நாமும் குற்றஞ்சாட்டலாம். அல்லது அவரிடம் கூறப்பட்ட செய்திகளை நம்பிக்கையின் அடிப்படையில் அவர் எழுதியிருப்பதால் அவருடைய நம்பிக்கை பிழைபட்டுவிட்டதாகவும் பார்க்கலாம்.

மனுஷ்யபுத்திரன், 'அருந்ததி ராய் உயிர்மைக்குச் செய்தது என்ன?' கட்டுரையிலும் முகநூல் பதிவிலும் முன்வைக்கும் செய்திகளையும் குற்றச்சாட்டுகளையும் சுருக்கமாகப் பார்க்கலாம்.

1. அருந்ததி ராய் எதிர்க்கும் அதிகாரவர்க்க, முதலாளிய குணங்கள் அவரிடமும் உள்ளன. உயிர்மை கொடுத்த முன்பண ராயல்டி தொகையைத் தராமல் ஏமாற்றியிருக்கிறார். நாவலின் தமிழ் உரிமைக்காக ரூ. 50,000 முன்பணமாகச் செலுத்தப் பட்டது.

2. இரண்டு ஆண்டுகள் கடுமையாக உழைத்து மொழி பெயர்ப்பு உருவாக்கப்பட்டது. குப்புசாமி மொழிபெயர்த்த பிரதியை சுகுமாரனும் நண்பர்கள் சிலரும் திரும்பத் திரும்பச் செப்பனிட்டு மேம்படுத்தினார்கள். இறுதிப் பிரதி ஒப்புதலுக்காக ஏஜென்சிக்கும் ராய்க்கும் அனுப்பப்பட்டது.

பதிப்பும் படைப்பும்

3. டேவிட் காட்வின் ஏஜென்சி ஒப்பந்தக் காலத்திலிருந்து மொழிபெயர்ப்புப் பிரதி ஒரு வார காலம் தாமதமாகக் கிடைத்ததாக ஒப்பந்தத்தை ரத்துசெய்தது. அருந்ததி ராய் தனக்கு அனுப்பப்பட்ட பிரதியைப் பிரித்துப் பார்க்காமலேயே திரும்ப அனுப்பினார். ஏஜென்சியினர் தனிப்பட்ட முறையில் மனுஷ்யபுத்திரனின் தோழியிடம், உயிர்மை பதிப்பகம் பற்றி அருந்ததி ராயிடம் கூறப்பட்ட தவறான தகவலே பிரச்சினைக்குக் காரணம் என்று கூறினார்கள்.

4. தனது நாவலின் மொழிபெயர்ப்பில் இரண்டு ஆண்டுகள் உயிரைக் கொடுத்து வேலைசெய்த ஒரு எழுத்தாளரின் உழைப்பில் அருந்ததி ராய்க்கு எந்த மரியாதையும் இல்லை. யாரோ போகிற போக்கில் சொன்ன தகவலைச் சோதித்துப் பார்க்க அவருக்கு மனமில்லை. தன்னோடு சட்டபூர்வமான ஒப்பந்தம் செய்த உயிர்மையோடு அவர் பேச மறுத்துவிட்டார்.

5. தலித் போராளியான ரவிக்குமாரின் நூல்களைப் பதிப்பிப்பதைத் தாண்டி அருந்ததி ராயின் நூல்களை வெளியிட உயிர்மைக்கு வேறு என்ன தகுதி வேண்டும்?

6. The God of Small Things நாவலைத் தமிழில் வெளியிட எதற்காக இவ்வளவு பிரயாசை என்பது சுஜாதாவுக்குப் புரியவே யில்லை.

○

தனிப்பட்ட ஒப்பந்தத்தைப் பிரசுரிப்பது முறையல்ல என்பதால் சான்றுக்காக டேவிட் காட்வின் ஏஜென்சிக்கும் உயிர்மைக்கும் இடையிலான ஒப்பந்தத்தின் நகலை மின்னஞ்சல் வழி சுகுமாரன், ஜி. குப்புசாமி, பி.ஏ. கிருஷ்ணன், யமுனா ராஜேந்திரன், எம். பௌசர், அம்பை ஆகியோருக்கு அனுப்பிவைக்கிறேன். அவசியமான பகுதிகளை யாரும் மேற்கோள்காட்டி எழுதுவதில் பிரச்சினையில்லை. இப்போது ஏஜென்சிக்கும் உயிர்மைக்கும் இடையிலான ஒப்பந்தத்தின் சாரமான நிபந்தனைகளைப் பார்ப்போம்.

1. பதிப்பாளருக்கு 2000 பிரதிகள் அச்சடித்து விற்க மூன்று ஆண்டுகளுக்கு அனுமதி வழங்கப்படுகிறது.

2. முன்பணம் 960 அமெரிக்க டாலர்கள். ஒப்பந்தம் கிடைத்து 60 நாட்களில் இந்த முன்பணத்தைச் செலுத்தாவிடில் உடன்படிக்கை ரத்தாகும்.

3. ஒவ்வொரு ஆண்டும் டிசம்பர் 31 வரையான ராயல்டி தொகையை மூன்று மாதங்களுக்குள் கணக்கிட்டுச் செலுத்த

வேண்டும். அதற்குமேல் தாமதமானால் பாங்க் ஆப் இங்கிலாந்து தரும் வட்டிக்கும் மேலாக 4% வட்டி செலுத்த வேண்டும். ராயல்டி ஒழுங்காகச் செலுத்தப்பட்டிருக்கிறதா என்பதை நேரில் ஆய்வுசெய்து அறியும் உரிமை காப்புரிமையாளருக்கு உண்டு.

4. ஒப்பந்தத்தில் கையெழுத்திட்டு 18 மாதங்களுக்குள் நூலைப் பிரசுரிக்க வேண்டும். பிரசுரிக்காவிடில் ஒப்பந்தம் ரத்தாகும். முன்பணம் திருப்பித் தரப்பட மாட்டாது.

5. காப்புரிமையாளர் வேண்டுகோள் விடுத்தால் (மட்டுமே) மொழிபெயர்ப்புப் பிரதியைக் காப்புரிமையாளருக்கு ஒப்புதலுக்காக அனுப்ப வேண்டும். ஒப்புதல் அதிகபட்சம் 21 நாட்களுக்குள் வழங்கப்படும்.

இனி ஏஜென்சி உயிர்மைக்கு அனுப்பிவைத்த, ஒப்பந்தத்தை ரத்துசெய்த கடிதம்.

19 ஆகஸ்ட் 2005

அன்புள்ள மனுஷ்யபுத்திரன்,

பார்வை: அருந்ததி ராயின் *'The God of Small Things'* நாவலுக்கான தமிழ் மொழிபெயர்ப்பு உரிமையளித்த 28 அக்டோபர் 2003 தேதியிட்ட மூல உடன்படிக்கை.

மேற்படி உடன்படிக்கை ரத்துசெய்யப்பட்டுவிட்டது என்பதைத் தெரிவிக்கவே இதை எழுதுகிறேன். மேற்படி உடன்படிக்கையில் கையெழுத்திட்ட நாளிலிருந்து 18 மாதங்களில் நீங்கள் நூலை வெளியிட வேண்டும் என்ற ஷரத்து எண் 4இன்படி இந்த உடன்படிக்கை தானாகவே ரத்தாகிவிட்டது.

உங்களுக்கு அளிக்கப்பட்ட பிரசுர உரிமை இப்போது நூலாசிரியர் அருந்ததி ராயிடம் திரும்பிவிட்டது. மேலும் நீங்கள் அளித்த முன்பணத்தையும் இழந்துவிட்டீர்கள்.

கையெழுத்து

Soral Sanitt

ஷரத்து எண் 4 என்ன?:

The publishers undertake to publish the Translation within 18 (Eighteen) Months of the date of this Agreement, unless otherwise mutually agreed between the Proprietor and the Publishers, failing which this Agreement will automatically terminate and all rights granted hereunder shall forthwith revert to the Proprietor and any advance payments provided for in Clause 2 hereof (including any outstanding unpaid portion thereof) shall be forfeited, without prejudice to any claims which the proprietor may have either for monies due/or damages or otherwise.

○

கைவசம் இருக்கும் ஆவணங்கள், மொழிபெயர்ப்பாளர் ஜி. குப்புசாமி மற்றும் சுகுமாரனுடன் மேற்கொண்ட உரையாடல்வழி நடந்தது என்ன என்பதைத் தொகுத்து எழுதுகிறேன்.

2003 அக்டோபர் இறுதியில் டேவிட் காட்வின் ஏஜென்சிக்கும் உயிர்மைக்கும் அருந்ததி ராயின் The God of Small Things நாவலை வெளியிட உடன்படிக்கை கையெழுத்தாகிறது. உடன்படிக்கையில் ஏஜென்சி சார்பாக டேவிட் காட்வினும் மனுஷ்யபுத்திரனுமே கையெழுத்திட்டுள்ளார்கள். அருந்ததி ராய் கையெழுத்திடவில்லை. முன்பணமாக 960 டாலர் செலுத்தப்படுகிறது. 2003இல் இதன் மதிப்பு ரூ. 43,000. இதற்கு 10 மாதங்களுக்குப் பிறகு 2004 ஆகஸ்ட் மாதம் உயிர்மை ஜி. குப்புசாமியை நாவலை மொழிபெயர்க்க அணுகியது. அவர் மொழிபெயர்க்கும் பணியை ஏற்றுக்கொள்கிறார். அவர் ஏற்கனவே மொழிபெயர்த்துவந்த பணியை முடித்து அருந்ததி ராயின் நாவல் பணியை 2004 செப்டம்பர் மாத இறுதியில் தொடங்குகிறார். ஆறு மாதத்தில் அதாவது ஏப்ரல் 2005இல் இப்பணியை முடிக்கிறார். ஆனால் நாவலை வெளியிட உரிமை அளிக்கப்பட்ட 18 மாதக் காலம் 2005 ஏப்ரல் மாதத்தோடு முடிந்து உடன்படிக்கை தானாகவே ரத்தாகிவிடுகிறது. மூன்று மாதம் உடன்படிக்கை நீட்டிக்கப்பட்டிருப்பதாக மனுஷ்யபுத்திரன் தன்னிடம் கூறியதாக ஜி. குப்புசாமி கூறினார். ஒரு துணை உடன்படிக்கையில் இரு தரப்பினரும் கையெழுத்திட்டுத்தான் அவ்வாறு நீட்டிக்க முடியும். அது நிகழவில்லை என்பது தெளிவு.

நாவல் கணினியில் ஏற்றப்பட்டு 2005 மே மாதம் (உத்தேசமாக) சரிபார்க்க சுகுமாரனுக்கு அனுப்பப்படுகிறது. சுமார் 20 நாட்களில் இப்பணியை முடித்து (உத்தேசமாக ஜூன் மாதம்) உயிர்மைக்கு அனுப்புகிறார். சுகுமாரன் நீங்கலாக இன்னும் சிலர் சரிபார்த்ததாகக் கூறப்பட்டுள்ளது. இதன் பின்னர் மெய்ப்புப் பார்த்தல், நூல் வடிவமைப்பு, மீண்டும் மெய்ப்புப் பார்த்தல் எல்லாம் நடந்திருக்க வேண்டும். நூல் வடிவம் டேவிட் காட்வின் ஏஜென்சிக்கும் அருந்ததி ராய்க்கும் அனுப்பப்பட்டதற்கான ஆதாரம் (தபால் அல்லது கூரியர் புக்கிங் ஆவணங்கள்) எதுவும் பார்க்கக் கிடைக்கவில்லை. 2005 ஆகஸ்ட்டில் டேவிட் காட்வின் ஏஜென்சி உடன்படிக்கை தானாக ரத்தாகிவிட்டதை அறிவித்து எழுதிய கடிதத்தில் நூல் பிரதி கிடைத்ததற்கான குறிப்பு எதுவும் இல்லை.

○

சுகுமாரன், பி.ஏ. கிருஷ்ணன், பால் சக்கரியா போன்ற சுந்தர ராமசாமியின் நண்பர்கள்வழி அருந்ததி ராயைத் தொடர்பு கொள்ள உயிர்மை முயல்கிறது. பயன் இல்லை. மேற்படி விவகாரத்தில் அவர் எந்தக் கட்டத்திலும் சம்பந்தப்படவில்லை. 38 மொழிகளில் அவரது நாவல் மொழிபெயர்க்கப்பட்டுவந்த சூழலில் எல்லா முடிவுகளையும் அவர் சார்பாக ஏஜென்சி மட்டுமே எடுத்துள்ளது. ஏப்ரல் 2005க்குப் பிறகு தமிழ் மொழிபெயர்ப்பு உரிமை சட்டப்படி மீண்டும் அருந்ததி ராய் வசம் சென்றுவிடுகிறது. வேறு எந்தத் தமிழ்ப் பதிப்பாளரும் அதைப் பெற்று வெளியிடலாம் என்ற நிலை ஏற்படுகிறது.

❍

இனிச் சில விளக்கங்கள். இலக்கிய ஏஜென்சி என்பது மேற்கில் (தற்போது இந்திய ஆங்கிலப் பதிப்புச் சூழலிலும்) இருக்கும் நடைமுறை. பல மொழிப் பதிப்பாளர்களுடன் உடன்படிக்கைகள், கணக்கு வழக்குகள் எல்லாம் மேற்கொள்வது எழுத்தாளர்களுக்குச் சாத்தியமல்ல என்பதால் அந்தப் பணி ஒரு ஏஜென்சியிடம் கொடுக்கப்படுகிறது. அவர்கள் எழுத்தாளருடன் உடன்படிக்கை செய்து அவர் சார்பாக எல்லா முடிவுகளையும் எடுத்துக் கையெழுத்திடும் உரிமையைப் பெறுகிறார்கள். தங்கள் பணிக்காக எழுத்தாளருக்குக் கிடைக்கும் காப்புரிமைத் தொகையிலிருந்து ஒரு கமிஷனை எடுத்துக்கொள்வார்கள். ஏஜென்சிக்கும் பதிப்பாளர்களுக்குமான உள்விவகாரங்களை அருந்ததி ராய் அறிந்து தலையிட வேண்டும் என்று எதிர்பார்ப்பது நியாயமல்ல. தன்னால் அது இயலாது என்பதாலேயே ஒரு ஏஜென்சியை அவர் நியமிக்கிறார். சுகுமாரன் உயிர்மை விவகாரம் பற்றி அருந்ததி ராயிடம் வினவியபோது இது தொடர்பான எந்த நினைவும் அவருக்கு இப்போது இல்லை.

உயிர்மை பதிப்பகம் ஒப்பந்தப்படி 2005 ஏப்ரல் மாதத்திற்குள் நூலை வெளியிட்டிருந்தால் ஏஜென்சியோ அருந்ததி ராயோ பிற ரூபமான அரூபமான சக்திகளோ அதைத் தடுத்திருக்கவே முடியாது. ஆனால் ஒப்பந்தம் ரத்தாகிச் சில மாதங்களுக்குப் பிறகே நூல் பிரதி தயாராகியுள்ளது. ஒப்பந்தத்தில் மொழிபெயர்ப்பைக் கட்டாயமாக ஒப்புதலுக்கு அனுப்ப வேண்டும் என்ற நிபந்தனை இல்லை. எழுத்தாளர் அவ்வாறு கோரினால் அனுப்ப வேண்டும் என்றுதான் உள்ளது. அருந்ததி ராயோ ஏஜென்சியோ மொழிபெயர்ப்பை அனுப்பக் கோரியதாகத் தெரியவில்லை. இது தொடர்பான மின்னஞ்சல்கள், கடிதங்கள் இருந்தால் உயிர்மை பிரசுரிக்கலாம். மொழிபெயர்ப்பை அனுப்பியதாகக் கூறுவது உண்மையெனில் அதற்கு ஒப்பந்தக் காலம் முடிந்து

சில மாதங்கள் தாண்டிவிட்ட நிலையில் நூல் பணியை முடித்துவிட்டோம் என்பதை நிரூபித்துப் பிரசுரிக்க அனுமதி பெறுவதே நோக்கமாக இருக்கும்.

மொழிபெயர்ப்புப் பிரதியைக் கணினி ஏற்றுதல், மெய்ப்புப் பார்த்தல், வடிவமைத்தல், எழுத்தாளர் கோரிக்கை வைத்தால் அவருக்கு அனுப்பி வைத்து ஒப்புதலுக்காகக் காத்திருத்தல், பின்னர் அவர் திருத்தங்கள் வேண்டினால் அவற்றை மேற்கொள்ளுதல், இப்பணிகள் அனைத்தையும் முடித்து மார்ச் 2005இல் நூலை அச்சேற்றுதல், இதுதான் பதிப்பாளர் முன்னிருந்த சவால். அக்டோபர் 2004இல் மொழிபெயர்ப்பின் முதல் பிரதி தயாராக இருந்தாலே இது சாத்தியம். இங்கோ மொழிபெயர்ப்புப் பணியே செப்டம்பர் 2004இல், அதாவது நூலை வெளியிடுவதாக ஒப்பந்தம் செய்த பதினோரு மாதங்களுக்குப் பிறகே தொடங்கியுள்ளது. ஜி. குப்புசாமி 2004 செப்டம்பருக்குப் பிறகும் முழுமூச்சாக இதில் இறங்கவில்லை. ஆனந்த விகடனுக்காக என்சைக்கிளோபீடியா பிரிட்டானிக்காவின் சில தலைப்புகளை மொழிபெயர்க்கும் பணியுடன் இணைந்தே இதை மேற்கொண்டிருக்கிறார். ஒப்பந்தம் இறுதிக் கட்டத்தில் இருப்பது தெரிந்திருந்தால் அப்பணிகளை ஒதுக்கிவிட்டு இதில் முழுமூச்சாக இறங்கியிருப்பேன் என்கிறார் ஜி. குப்புசாமி. மாறாக அவரிடம் மூன்று மாதத்திற்கு ஒப்பந்தத்தை நீட்டிவிடலாம் என்ற தவறான நம்பிக்கை அளிக்கப்பட்டிருக்கிறது.

இத்தகைய ஒப்பந்தங்களில் நீக்குப்போக்கிற்கு இடமில்லை. ஒப்பந்த ஷரத்துகளைத் துல்லியமாகப் பின்பற்றுவதே ஒரே வழி. அதிலும் நான் கண்ட ஒப்பந்தங்களில் தெளிவான, நீக்குப்போக்கிற்குச் சிறிதும் இடமளிக்காத ஒப்பந்தம் இது. ஒப்பந்தப்படி செயல்பட்டு உரிய காலத்தில் நூலை வெளியிடத் தவறிய மனுஷ்யபுத்திரன் தன்னைத் தவிர அனைவரையும் குற்றஞ் சாட்டிக்கொண்டிருப்பது விநோதமானது.

அருந்ததி ராயின் லண்டனிலிருக்கும் ஏஜென்சியுடன் நேரடியாகப் பேச்சுவார்த்தை நடத்தி, 18 மாதம் அவகாசத்தையும் முன்பணத்தையும் முடிவுசெய்து, அக்காலகட்டத்திற்குள் நாவலை வெளியிடாவிட்டால் முன்பணத்தை இழக்க நேரிடும் என்ற நிபந்தனையை உள்ளடக்கிய ஒப்பந்தத்தில் கையெழுத்திட்டுவிட்டு, உரிய காலத்தில் நாவலை வெளியிடத் தவறி ஒப்பந்தத்தைக் காலாவதியாக விட்டுவிட்டு முன்பணத்தையும் இழந்த பின்னர் உள் விஷயங்களை அறியாத வாசகர் மத்தியில் அருந்ததி ராயின் நற்பெயருக்குக் களங்கம் ஏற்படுத்தும் வண்ணம், அவர் உயிர்மையைப் பணாதியாக ஏமாற்றிவிட்டார் என்று தொடர்ந்து

பிரச்சாரம் செய்துவருவது, மென்மையாகச் சொல்வதென்றால், அவதூறான செயல்பாடு.

அருந்ததி ராய் கையெழுத்திடாத, நேரடியாகச் சம்பந்தப்படாத ஒரு விஷயத்தில், உடன்படிக்கை ரத்தான பின்னர் உயிர்மை சார்பாக அவர் தலையிட்டுக் காப்பாற்ற வேண்டும் என்று எதிர்பார்ப்பது பிழை. அவ்வாறு அவர் செய்யவில்லை என்ற கோபத்தில் அவரை அவதூறு செய்வது பெரும் குற்றம். மேலும் அக்காலகட்டத்தில் அவர் வாழ்க்கையோ சவால்களோ நாம் அறிய முடியாதவை. நர்மதையைக் காப்பாற்றும் இயக்கத்திலிருந்து மாவோயிஸ்ட் பிரச்சினைவரை எத்தனையோ இயக்கங்களிலும் களப்பணிகளிலும் எழுத்திலும் இடையறாத பயணங்களிலும் இருந்திருப்பார். சமீபத்தில் தனது ஏஜென்சியுடன் பேசிவிட்டு எனக்கு எழுதிய மின்னஞ்சலில் தனது நாவலை 38 மொழிகளில் மொழிபெயர்க்கும் உரிமையை உலகெங்கும் பெற்ற பெரிய சிறிய பதிப்பகங்கள் அனைத்தும் தொழில் திறனுடன் செயல்பட்டு ஒப்பந்தப்படி உரிய காலகட்டத்தில் நாவலை வெளியிட்டன, வேறு எந்த மொழியிலும் எந்தப் பிரச்சினையும் ஏற்படவில்லை என்று எழுதியிருந்தார். எல்லாம் தமிழின் தவப்பயன்.

ஒப்பந்தக் காலத்திற்குள் நூலை வெளியிடத் தவறிய தனது இயலாமையை முற்றாக மறைத்துத் தனது பதிப்பகம் பற்றித் 'தவறான' தகவல் அருந்ததி ராயிடம் கூறப்பட்டதே நாவலை உயிர்மை வெளியிட முடியாமல் போனதன் காரணம் என மனுஷ்யபுத்திரன் குற்றஞ்சாட்டிவருகிறார். மேலும் அருந்ததி ராய் நூலை வெளியிட ரவிக்குமார் நூல்களை வெளியிடுவதைவிட வேறு என்ன தகுதி வேண்டும் என மனுஷ்யபுத்திரன் கேள்வி எழுப்பியுள்ளார். ரவிக்குமார் நூல்களை உயிர்மை வெளியிட்டது 2008க்குப் பிறகு. அருந்ததி ராயுடன் ஒப்பந்தம் செய்த (2003) காலத்தில் உயிர்மையின் அடையாளம் என்ன? உயிர்மை, சுஜாதாவின் நூல்களை வெளியிடுவதற்காக தொடங்கப்பட்ட பதிப்பகம். அருந்ததி ராயின் நாவலை வெளியிட ஒப்பந்தம் செய்த காலத்தில் உயிர்மை முன்னிறுத்திய எழுத்தாளர்கள் சுஜாதாவும் ஜெயமோகனும். அருந்ததி ராயின் அரசியலுடன் பொருந்திப்போகும் சிறுபான்மையினர், தலித், பெண்கள், பழங்குடிகள் சார்பான எந்த நூலையும் உயிர்மை அப்போது வெளியிட்டிருக்கவில்லை அல்லது குறிப்பிடும் அளவில் வெளியிட்டிருக்கவில்லை.

சுஜாதாவின் எழுத்து பெண்கள், பிற்படுத்தப்பட்டோர், அடித்தள மக்களுக்கு முற்றிலும் எதிரானது. தனது சுயசாதி சங்கத்தில் ஆழ்ந்த ஈடுபாடு காட்டியவர் அவர். இந்திய அரச

பதிப்பும் படைப்பும்

அமைப்பின் விமர்சனமற்ற ஆதரவாளர். அருந்ததி ராயின் அரசியலுக்கு முற்றிலும் எதிரான நிலைப்பாடு கொண்டவர். உயிர்மை, அருந்ததி ராய் நூலை வெளியிடப் பிரயாசைப் படுவதைக்கூட விரும்பாதவர்.

உயிர்மை சார்பாக எழுதும் யமுனா ராஜேந்திரனின் பார்வையில், ஜெயமோகன் இந்துத்துவச் சார்பாளர், அருந்ததி ராயை அவரது அரசியலுக்காக வெறுப்பவர், அவதூறு செய்பவர்.

இவர்களை முன்னிறுத்தும் பதிப்பகம் அருந்ததி ராயின் நூல்களை வெளியிடப் பொருத்தமற்ற பதிப்பகம் என்று அவரிடம் தகவல் சொல்லப்பட்டிருந்தால் அதில் சூதும் இல்லை பொய்யும் இல்லை.

◯

அருந்ததி ராய் நாவலை வெளியிட உயிர்மை மேற்கொண்ட ஒப்பந்தம் காலாவதியாகி ஓராண்டிற்குப் பிறகு சேலத்தில் காலச்சுவடு நடத்திய ஒரு கருத்தரங்கில் ஜி. குப்புசாமியை முதல்முறையாகச் சந்தித்தேன். இதற்குச் சில மாதங்களுக்குப் பிறகு ஒரு தொலைபேசி உரையாடலில் அருந்ததி ராய் நாவலை வெளியிடும் உரிமையைக் காலச்சுவடு பெற்றால் மொழிபெயர்ப்பைத் தர அவர் விரும்புவாரா என்று கேட்டேன். செய்து முடிக்கப்பட்ட ஒரு மொழிபெயர்ப்பு வீணாகக் கூடாது என்பதே என் எண்ணம். 2007இல் முதல்முறையாக பிராங்பர்ட் புத்தகச் சந்தை சென்றபோது ஏற்பட்ட அனுபவம் காரணமாக 2008இல் முன்திட்டமிட்டு அருந்ததி ராயின் ஏஜென்ட் டேவிட் காட்வின்னை பிராங்பர்ட்டில் சந்தித்தேன். நல்ல சந்திப்பு. அற்புதமான மனிதர். ஆனால் பின்னர் எனது மின்னஞ்சல்களுக்கு அவர் பதில் எழுதவும் இல்லை, மீண்டும் என்னைச் சந்திக்க இணங்கவுமில்லை. அதேநேரம் என்னுடன் இணைந்து பிராங்பர்ட்டில் பணியாற்றும் வி.சி. தாமசின் மின்னஞ்சல்களுக்குப் பதிலளித்தார். மலையாளத்தில் ராயின் ஒரு நூலை வெளியிட அவருடன் ஒப்பந்தமும் செய்தார். அவர் தமிழ்ச் சூடு கண்ட பூனை என்பது இப்போது புரிகிறது.

2011இல் தன் நாவல் வெளியீட்டிற்காக அருந்ததி ராய் கேரளம் வந்திருந்தார். அவரது மலையாளப் பதிப்பாளர் டி.சி. புக்ஸ் ரவி 1997இலிருந்து நாவலை மலையாளத்தில் வெளியிட முயன்றுவந்தார். அவர்கள் கொடுத்த பல மொழி பெயர்ப்புகளை ராய் நிராகரித்துவிட்டதாக அறிந்தேன்.

இறுதியாக 2011 மார்ச்சில் கொச்சியில் நூல் வெளியிடப்பட்டது. ரவி. டி.சி., எஸ். ஆனந்த் வழி என்னை அறிமுகப்படுத்திக்கொண்டு கொச்சியில் அவரைச் சந்தித்தேன். அவரது அரசியலுக்குப் பொருந்திவரும் நீண்ட நூல் வரிசை காலச்சுவடு பதிப்பகத்தின் பட்டியலில் இருப்பதை அவர் கேட்டு அறிந்திருந்தார். அவர் நாவலை வெளியிடும் முன்னர் அரசியல் கட்டுரைகளை வெளியிட வேண்டும் என விரும்பினார். ஏற்றுக்கொண்டேன். அடுத்த இரண்டு மாதங்களில் உடன்படிக்கையில் கையெழுத்திட்டார். முன்பணம் பெற்றுக்கொள்ள மறுத்துவிட்டார்.

இந்த ஒப்பந்தம் உயிர்மை ஒப்பந்தம் காலாவதியாகி ஆறு ஆண்டுகளுக்குப் பிறகே கையெழுத்திடப்பட்டது என்பது கவனத்திற்குரியது.

நொறுங்கிய குடியரசு நூல் வெளியீட்டிற்குச் சென்னை வந்தபோது போக்குவரத்துச் செலவைக்கூடப் பெற்றுக்கொள்ள மறுத்தார். கட்டாயப்படுத்தியே டிக்கெட் போட்டுக் கொடுத்தோம். இந்தக் காலகட்டத்தில் காலச்சுவடிற்கும் அவருக்குமான உறவை முறிப்பதற்குச் செய்யப்படாத முயற்சி எதுவுமே மிச்சமில்லை. நேரடிப் போராட்டம், முகநூல் பிரச்சாரம், தில்லி நண்பர்கள் வழி அழுத்தங்கள். இங்குக் காலச்சுவடுமீது சுமத்தப்படும் அத்தனை அவதூறுகளும் மின்னஞ்சல்களாக அவருக்கு அனுப்பப்பட்டுவிட்டன. மே 17 இயக்கம் நூல் வெளியீட்டு அரங்கைக் குலைக்க முயன்றபோது சேரன், ஆனந்த் போன்றவர்கள்வழி விஷயங்களை அறிந்து, சென்னையில் அவர் சந்தித்த எழுத்தாளர்கள் பலரிடம் உரையாடி நாங்கள் வேண்டுகோள் வைக்காமலேயே காலச்சுவடை ஆதரித்து அறிக்கை வெளியிட்டார். காலச்சுவடு பற்றி அவருக்கு அனுப்பப்பட்ட அவதூறு மின்னஞ்சல்களுக்கும் தெளிவாகப் பதில் எழுதியிருக்கிறார். இந்தப் பின்னணியில் ஒருவர் சொன்ன தகவலின் அடிப்படையில் எந்த ஒரு விஷயத்திலும் அவர் முடிவெடுப்பார் என நம்புவது அபத்தம். தன்னிலையையும் பிறர் நிலையையும் உணராதோரின் கற்பனை இது.

○

அருந்ததி ராயின் 'ஒரு கார்ப்பரேட் முதலாளியை விடக் கேவலமான' பண்புகளை விளக்கும் விதத்தில் மனுஷ்யபுத்திரன் இவ்வாறு எழுதுகிறார்: 'நான் சோனியா காந்தியோடு ஒரு ஒப்பந்தத்தில் ஈடுபட்டு அது போன்ற ஒரு பிரச்சினை வந்திருந்தால் அவரைச் சந்தித்துப் பேசுவதில் எனக்கு எந்தப் பிரச்சினையும் இருந்திருக்காது. ஆனால் ஆங்கிலத்தில் ஒரே

ஒரு நாவல் எழுதிய எழுத்தாளருக்கு இத்தகைய அதிகாரம் எங்கிருந்து வருகிறது?'

சோனியா காந்தியை யாரும் சந்திப்பதற்கு அவசியமான தகுதிகள், சாத்தியங்கள் பற்றிச் சொல்ல எனக்கு எதுவுமில்லை. ஆனால் அவர் ஒரு நூல் எழுதி, அதை தமிழ்ப் பதிப்பாளர் ஒருவர் தமிழில் ஒப்பந்தம் செய்ததன் அடிப்படையில் அவரைச் சந்திக்க உரிமை கோர முடியாது. சோனியாவின் தமிழ்ப் பதிப்பாளர் என்ற ஹோதாவில் அவர் வசிக்கும் தெருவில்கூடப் பயணிக்க முடியாது. ஓரான் பாமுக்கின் தமிழ்ப் பதிப்பாளர் என்பதால் அவரைச் சந்திக்க என்னால் உரிமை கோர முடியும் என நான் நம்பினால் அது பேதமை. விரும்பினால், இஸ்தான்புல் போகும்போது பிற டூரிஸ்டுகள்போல் தள்ளியிருந்து பாமுக்கின் வீட்டைப் பார்த்துவிட்டு வரலாம். பதிப்பாளரை விடுங்கள், மொழிபெயர்ப்பாளரே அத்தகைய உரிமை எதுவும் பாராட்ட முடியாது. ஜி. குப்புசாமி, ஜான் பான்வில்லின் கடல் நாவலைச் சிறப்புற மொழிபெயர்க்க உதவும் விதமாக, ஜான் பான்வில் வசிக்கும் டப்ளின் நகரில் ஒரு மாதகாலம் தங்கியிருந்து நாவலின் பண்பாட்டுப் பின்புலத்தை உள்வாங்கிக்கொள்ள ஐரிஷ் இலக்கிய மேம்பாட்டு நிறுவனத்தின் வழி ஒழுங்கு செய்திருந்தேன். அங்கிருந்த ஒரு மாத காலமும் பான் வில்லைச் சந்தித்து நாவல் தொடர்பான சில சந்தேகங்களைத் தீர்த்துக்கொள்ள முயன்றார் குப்புசாமி. எல்லா வழிகளிலும் செய்தி அனுப்பினார். பான்வில் எதற்கும் மசியவில்லை. மௌனமே அவர் பதிலாக இருந்தது. இதற்குச் சில மாதங்களுக்குப் பின்னர் இந்திரன், அவரை ஒரு நிகழ்வில் சந்தித்துக் கேட்டபோது 'என் நாவல் மொழிபெயர்ப்பாளர்களை நான் சந்திப்பதில்லை' என்று கூறிவிட்டார்.

கடந்த ஒன்றரை ஆண்டுகளில் அருந்ததி ராயின் நூல்களை வெளியிடுவது தொடர்பாகவும் நூல் வெளியீட்டு நிகழ்ச்சிகளை ஒழுங்குசெய்வது பற்றியும் பல மின்னஞ்சல்கள், குறுஞ்செய்திகளை அவருக்கு அனுப்பியிருக்கிறேன். இவற்றில் பெரும்பான்மையானவற்றுக்கு அவரிடமிருந்து எந்தப் பதிலும் வருவதில்லை. சின்ன விஷயங்களின் கடவுள் வெளியீட்டில் இடம்பெற்ற வாசகருடனான உரையாடலில் அவர் குறிப்பிட்டது போல, 'மக்கள் ஒரு தனிநபரையும் ஒரு நிறுவனத்தையும் போட்டுக் குழப்பிக்கொண்டிருக்கிறார்கள் என்று தோன்றுகிறது. நான் ஒரு நிறுவனம் அல்ல. எனக்கு ஒரு அலுவலகமோ ஒரு தனிச்செயலரோ இல்லை. எல்லா மின்னஞ்சல்களுக்கும் பதிலளித்துக்கொண்டிருக்க முடியாது. ஒரு நிறுவனமாக மாறினால், ஓர் அலுவலகம் இருந்தால் பத்துச்

செயலர்கள் இருந்தால் நானும் அதைச் செய்வேன். ஆனால் அதன் பிறகு நான் எழுத்தாளராக நீடிக்க முடியாது.'

நாம் ஒரு படைப்பை மொழிபெயர்த்து வெளியிடுவதில் எத்தகைய நலன்கள் செயல்படுகின்றன? அதில் பதிப்பாளரின், மொழிபெயர்ப்பாளரின் நலன் இருக்கலாம். மொழிப் பண்பாடு பற்றிய அக்கறை இருக்கலாம். நாம் பெற்ற வாசிப்பின்பத்தை நண்பர்களோடு, வாசகரோடு பகிர்ந்துகொள்ள வேண்டும் என்ற ஆசை இருக்கலாம். உங்கள் மொழியில் என் படைப்பை மொழிபெயர்த்து எனக்குச் சிறப்புச் சேருங்கள் என்று ஓரான் பாமுக்கோ காஃப்காவோ வைக்கம் முகம்மது பஷீரோ நம்மைக் கேட்டுக்கொள்ளவில்லை. அவர்களிடம் நாம் எந்தப் பிரதிபலனையும் எதிர்பார்ப்பது அழகல்ல. எழுத்தாளர்களிடம் உறவாடும்போது மொழிபெயர்ப்பாளர்களுக்கும் பதிப்பாளர்களுக்கும் பல ஏமாற்றங்கள் நிகழக்கூடும்; ஈகோ பாதிக்கப்படக்கூடும். 'ஏமாற்றங்கள் ஆளுமையை வலுப்படுத்தும்' என்னும் ஆங்கிலப் பழமொழியை மனத்தில் கொண்டு மனத்தைத் தேற்றிக்கொள்வதே ஆக்கபூர்வமானது.

❍

இப்போது காதையின் முடிவுக்கு வருவோம். இறுதியில் ஜி. குப்புசாமியின் உழைப்பு (இரண்டு ஆண்டுகள் உழைப்பு என்றெல்லாம் எழுதப்பட்டது வெறும் புருடா) வீண்போகவில்லை. இப்போது அருந்ததி ராயைச் சந்தித்து உரையாடியதிலும் அவர் 'குப்புசாமி எஸ்தப்பனுக்கு அன்புடன், அருந்ததி ராஹேல்' என்று நாவலில் கையெழுத்திட்டுக் கொடுத்ததிலும் அவரையும் நர்மதாவையும் சந்திக்க ஆரணி வீட்டுக்கு வருவதாக அருந்ததி ராய் சொல்லியிருப்பதிலும் குப்புசாமி புதுமைப்பித்தனின் 'காஞ்சனை'போல் தரையில் கால் பாவாமல் நிற்கிறார்! நாவலும் தமிழுக்கு வந்துவிட்டது. உலகளாவிய நிறுவனங்களுடன் ஒப்பந்தம் செய்வது பற்றிய ஓர் அரிய பாடமும் அறியப்பட்டிருக்கிறது. உயிர்மை வாய்ப்பை இழந்ததால் தமிழ் வாசகர் அருந்ததி ராயின் நாவலைப் படிக்கும் வாய்ப்பை என்றென்றைக்குமாக இழக்க வேண்டும் என்பதில்லை. ஓர் இடத்தில் முன்பணமாகச் சில ஆயிரங்களை இழந்த பதிப்பாளர்கள் அப்பாவித் தமிழ் எழுத்தாளர்களுக்குத் தாம் கொடுக்க வேண்டிய பாக்கி ராயல்டி தொகை எத்தனை லட்சம் மிச்சமிருக்கும் என்பதையும் கணக்கிட்டுப் பார்க்க வேண்டும். தாம் பெறாத இன்பம் இத்தமிழ் வையகத்தில் யாரும் பெறாமல் போகக் கடவது என்று சபித்துக்கொண்டிருக்கத்தான் வேண்டுமா?

❍

பின்னிணைப்பு: ஜி குப்புசாமியுடன் ஒரு பேட்டி

***The God of Small Things* நாவலை மொழிபெயர்க்கக் கேட்டு மனுஷ்யபுத்திரன் எந்த ஆண்டு எந்த மாதம் தொடர்புகொண்டார்? எப்போது பணியைத் தொடங்கினீர்கள்?**

எனக்கு அருந்ததி ராயின் எழுத்துக்களின் மீதிருந்த ஈடுபாடு மனுஷ்யபுத்திரனுக்குத் தெரியும். 2004ஆம் வருடம் ஆகஸ்ட் மாதத்தில் (தேதி 16 அல்லது 17ஆக இருக்கலாம்) என்னிடம் தொடர்புகொண்டு The God of Small Things நாவலுக்கான உரிமையைப் பெற்றிருப்பதாகச் சொல்லி என்னிடம் மொழிபெயர்க்கக் கேட்டுக்கொண்டார். அப்போது நான் வ.உ.சி. பதிப்பகத்திற்காக சே குவேரா புத்தகத்தை மொழிபெயர்த்து முடிக்கும் தறுவாயில் இருந்ததால் செப்டம்பர் கடைசியில்தான் இந்நாவலை மொழிபெயர்க்கத் தொடங்கினேன்.

நாவலை எந்த மாதம் மொழிபெயர்த்து முடித்தீர்கள்? உயிர்மையின் உரிமை 2005 ஏப்ரலோடு முடிகிறது என்று உங்களுக்கு அப்போது தெரியுமா?

2005ஆம் வருடம் ஏப்ரல் இரண்டாம் வாரத்தில் மொழிபெயர்ப்பை முடித்தேன். உரிமை ஏப்ரல் மாதத்துடன் முடிவடைவதாகவும் ஆனால் மூன்று மாதங்கள் காலக்கெடுவை நீட்டிக்கக் கேட்டுக்கொண்டு அதற்குப் பின்னர் அனுமதி கிடைத்திருப்பதாகவும் மனுஷ்யபுத்திரன் சொன்னார்.

இந்த மொழிபெயர்ப்புக்காக உயிர்மை பதிப்பகத்தினர் உங்களுடன் ஒப்பந்தம் செய்தார்களா? முன்பணம் கிடைத்ததா?

இந்த மொழிபெயர்ப்புக்காக உயிர்மை என்னுடன் எந்த ஒப்பந்தமும் செய்யவில்லை. முன்பணமும் தரவில்லை.

நாவலை உயிர்மை வெளியிட முடியாமல்போனதற்கு உங்களிடம் கூறப்பட்ட காரணங்கள் என்ன?

'அருந்ததி ராய் உயிர்மைக்குச் செய்தது என்ன?' கட்டுரையில் கூறியிருந்தவற்றைத்தாம் மனுஷ்யபுத்திரன் என்னிடமும் சொன்னார். ஒரு வாரம் கழித்து அனுப்பியிருப்பதால் நிராகரித்திருப்பதாகவும், இதில் வேறு ஏதோ சதி இருப்பதாகவும் சொன்னார். இவற்றை ஆகஸ்ட், செப்டம்பர் மாதங்களில் சொல்லவில்லை. 2005 அக்டோபர்மாதம் எனக்குத் திருமணம் நடக்கவிருந்ததால் என்னைக் கஷ்டப்படுத்தக் கூடாதென்பதற்காகச் சில சிக்கல்கள் இருப்பதாகவும் ஓரிரு

மாதங்களில் சரியாகிப் புத்தகம் வந்துவிடும் என்று மட்டுமே சொன்னார். ஏறக்குறைய 2005ஆம் வருட இறுதியில்தான் ஒப்பந்தம் ரத்துசெய்யப்பட்டிருப்பதைச் சொன்னார்.

உண்மையைச் சொல்ல வேண்டுமானால் இந்த ஒப்பந்தம் முறிந்ததற்கான சரியான காரணம் எதுவும் எனக்குத் தெரியாது.

பல ஆண்டுகளுக்கு முன்னரே காலச்சுவடு கண்ணன் உங்களிடம் அருந்ததி ராயின் நாவலுக்கான உரிமை பெற்றிருப்பதாகக் கூறினாரா? சமீபத்தில் The Hindu இதழில் உங்களை நேர்கண்டபோது, கண்ணன் உயிர்மை உரிமைபெற்ற கதையைப் பகிர்ந்துகொள்ள வேண்டாம் என்று உங்களிடம் கூறியதாகக் குற்றஞ்சாட்டப்பட்டிருப்பது உண்மையா? நாவல் மொழிபெயர்ப்புக்காகக் காலச்சுவடு பதிப்பகம் உங்களை அணுகிய நினைவுகளைப் பகிர்ந்துகொள்ள முடியுமா?

2006ஆம் வருடம் கண்ணன் என்னிடம் தொடர்பு கொண்டார். இந்த நாவல் மொழிபெயர்த்து முடிக்கப்பட்டு உயிர்மை ஒப்பந்தம் ரத்துசெய்யப்பட்டிருப்பதால் எனது வரைவை அவருக்குத் தர முடியுமா என்று கேட்டார். நான் தந்தால் காலச்சுவடுக்காக உரிமைபெற முயல்வதாகக் கூறினார். நான் உடனே மனுஷ்யபுத்திரனைத் தொடர்புகொண்டு கண்ணன் கூறிய விஷயத்தைச் சொல்லி அவருக்கு இதில் உடன்பாடுதானா என்று கேட்டேன். ஒப்பந்தம் எதுவும் எழுத்துரீதியாகப் போட்டுக்கொள்ளாவிட்டாலும் அதற்கு முன்பணம் எதுவும் வாங்கியிருக்காவிட்டாலும், அவர் கேட்டுக்கொண்டதாலேயே இந்த மொழிபெயர்ப்பைச் செய்தேன் என்பதால் அவரிடம் கேட்பதுதான் ethically சரி என்று எனக்குப் பட்டது. அவருக்கு அதில் உடன்பாடு இல்லை. காலச்சுவடுதான் இந்த ஒப்பந்தம் முறியக் காரணம், அவர்களிடம் தருவதா என்று என்மீது கோபப்பட்டார். மறுநாள் கண்ணனிடம் எனக்குத் தர விருப்பமில்லை என்று சொல்லிவிட்டேன். 2012ஆம் வருடம் ஜனவரி 7ஆம் தேதி, அருந்ததி ராய் சென்னைப் புத்தகத் திருவிழாவில் அவரது நொறுங்கிய குடியரசு நூல் வெளியீட்டுக்கு வந்தபோது, கண்ணன் The God of Small Thingsக்குத் தமிழில் உரிமை பெற்றிருக்கும் ஒப்பந்தத்தை என்னிடம் காட்டினார். 'உங்கள் பிரதியைத் தர விருப்பமா? அல்லது வேறு யாரையாவது வைத்து நாங்கள் மொழிபெயர்த்துக்கொள்ளலாமா?' என்று கேட்டார். ஏழு வருடங்களாக ஏதாவது மாயம் நடந்து உயிர்மை வெளியீடாக வந்துவிடும் என்று காத்திருந்து தோல்வியுற்ற நிலையில், காலச்சுவடிடம் என் கையெழுத்துப் படியை அளித்தேன்.

பதிப்பும் படைப்பும்

The Hindu நேர்காணலின்போது இந்நாவலை நான் 2004 – 2005ஆம் ஆண்டிலேயே மொழிபெயர்த்து விட்டதை நானாகவே முன்வந்துதான் சொன்னேன். தொலைபேசியில் நேர்காணல் செய்த கோலப்பனிடம் உயிர்மைக்காக நான் மொழிபெயர்த்ததையும் அதன் பின் வெளிவராமல் முடங்கிப்போயிருந்ததையும் குறிப்பிட்டுவிட்டு, இறுதியாக இப்போது புத்தகம் வெளிவரப்போகும் சமயத்தில் கசப்பான இந்த விஷயங்களை விரிவாக எழுத வேண்டாம். முடிந்தளவுக்குச் சுருக்கமாக வெளியிடுங்கள் என்று மட்டும்தான் கேட்டுக்கொண்டேன். இந்த விஷயத்தைச் சொல்ல வேண்டாம் என்று கண்ணன் என்னிடம் எதுவும் கேட்டுக்கொள்ளவில்லை.

மின்னஞ்சல் மூலம் காலச்சுவடு நடத்திய பேட்டி இது.

காலச்சுவடு, **இதழ்** 153, செப்டம்பர் 2012.

புத்தகக் கண்காட்சிகள்:
தமிழும் அயலும்

உலகப் புத்தகக் கண்காட்சிகள் பல தமிழகத்தில் நமக்குப் பழக்கமான புத்தகக் கண்காட்சிகளிலிருந்து அடிப்படையிலேயே வேறானவை. இங்கு நடைபெறும் புத்தகக் கண்காட்சிகள் பதிப்பாளர்கள் தமது புத்தகங்களை நேரடியாக வாசகரிடம் விற்பனைசெய்யும் வாய்ப்பை ஏற்படுத்தும் நோக்கோடு செயல்படுபவை. தமிழகத்தில் நூல் விநியோகம் என்பது மிகப் பலவீனமான நிலையில் உள்ளது. புத்தக விநியோகிப்பாளர் என்னும் பிரகிருதி இந்த 21ஆம் நூற்றாண்டிலும் உருவாகவில்லை. நேர்மையோடும் தொழில் திறனோடும் இயங்கும் புத்தக விற்பனை நிலையங்கள் குறைவாகவே உள்ளன. இந்த இன்மைகளுக்கு மாற்றாக உருவானவையே நமது புத்தகக் கண்காட்சிகள்.

மேற்கில் பொதுவாக நூல் விநியோகம், தொழில் திறனோடு நடைபெறுகிறது. பெரும்பாலான ஊர்களில் புத்தகக் கடைகள் உள்ளன. அச்சுப் பண்பாடும் புத்தகக் கண்காட்சிகளும் தோன்றிய ஜெர்மனியில், ஒரு புத்தகக் கடைக்கு நீங்கள் மாலை ஆறு மணிக்குச் செல்கிறீர்கள். உங்களுக்குத் தேவையான புத்தகம் இருப்பில் இல்லை. நீங்கள் முன்பணம் செலுத்திப் புத்தகத்திற்கு ஆர்டர் செய்கிறீர்கள். மறுநாள் காலை ஒன்பது மணிக்கு நீங்கள் புத்தகக் கடைக்குச் சென்றால்

புத்தகம் உங்களுக்காகத் தயாராக இருக்கும். இது எவ்வாறு சாத்தியப்படுகிறது?

2007ஆம் ஆண்டு என்னுடைய கேரள நண்பர் வி.சி. தாமசின் அறிவுறுத்தலில் ஃபிராங்க்பர்ட் புத்தகக் கண்காட்சி பயிற்சித் திட்டத்திற்கு விண்ணப்பித்தேன். எனது விண்ணப்பம் ஏற்றுக்கொள்ளப்பட்டது. உலகின் 18 இளம் பதிப்பாளர்களை அழைத்து அவர்களுக்கு ஜெர்மன் புத்தகச் சந்தையை அறிமுகப்படுத்திப் பின்னர் ஃபிராங்பர்ட்டில் நடைபெறும் உலகின் மிகப் பெரிய புத்தகக் கண்காட்சிக்கும் அழைக்கும் திட்டமான இது காலச்சுவடு பதிப்பகத்திற்கும் எனக்கும் திருப்புமுனையான அனுபவம். தமிழகத்தின் இளம் பதிப்பாளர்கள் அவசியம் விண்ணப்பிக்க வேண்டிய திட்டம் இது.

ஜெர்மனியின் வாசிப்புத் தளமும் வீச்சும் விரிவானவை. ஆண்டுக்கு ஒரு லட்சம் புதிய தலைப்புகள் வெளியாகும் ஜெர்மனியின் மக்கள் தொகையில் 90% குடிமக்கள் ஆண்டுக்கு ஒரு நூலேனும் வாசிக்கிறார்கள். பிரசுரம்பெறும் ஒரு லட்சம் நூல்களில் 60% மொழிபெயர்ப்புகள். மேற்படிப் பயிற்சிப் பயணத்தின்போது ஜெர்மனியின் பிரதான புத்தக விநியோகிப்பாளரான லிப்ரியையும் பார்த்தோம். நீங்கள் ஜெர்மனியின் கடைக்கோடியில் ஒரு புத்தகக் கடையில் மாலை ஆறு மணிக்கு அங்கு இருப்பில் இல்லாத புத்தகத்திற்குக் கொடுத்த ஆர்டரைப் புத்தகக் கடைக்காரர் மாலை ஏழு மணிக்குள் லிப்ரிக்கு அனுப்புவார். ஜெர்மனியின் மையத்தில் பத் ஹெர்ஸ்பில்ட் என்ற ஊரில் உள்ளது லிப்ரியின் பெரும் கிடங்கு. நெடுஞ்சாலைகள் இங்கிருந்து ஜெர்மனியின் எல்லை நகரங்களையும் சில மணிநேரப் பயணத்தில் இணைக்கின்றன. சுமார் 25 லட்சம் தலைப்புகளில் புத்தகங்களை விநியோகிக்கும லிப்ரியின் பத் ஹெர்ஸ்பில்ட் கிடங்கில் தயார் நிலையில் பாதுகாக்கப்படும் நூல்களின் எண்ணிக்கை 4 லட்சத்திற்கும் அதிகம். லிப்ரியின் கிடங்கு ஒரு நவீனத் தொழிற்சாலையைப் போலக் கணினிகளும் தானியங்கிகளுமாக இருக்கிறது. புத்தகக் கடைகளின் ஆர்டர்கள் சேகரிக்கப்பட்டு, கட்டப்பட்டு இரவு 12 மணிக்குள் டிரக்கர்களில் ஏற்றப்படுகின்றன. அதிகாலையில் கடை வாசலுக்கு உங்கள் புத்தகம் வந்து சேர்ந்துவிடும்.

சரி, புத்தகம் இருப்பில் இல்லை என்று வைத்துக்கொள்வோம். புத்தகக் கடைக்காரர் அந்த ஆர்டரை லிப்ரியின் சகோதர நிறுவனமான பிஓடி (புக்ஸ் ஆன் டிமான்ட்) என்ற கம்பனிக்கு அனுப்புவர். அவர்கள் பதிப்பாளர்களிடமிருந்து புத்தகங்களின் மென்பிரதிகளைப் பெற்றுச் சேகரித்து வைத்திருப்பார்கள். அவர்களிடம் சுமார் 2 லட்சம் தலைப்புகள் தயாராகக் கணினியில்

உள்ளன. உங்களுக்காக ஒரே ஒரு புத்தகம் அச்சிடப்பட்டு 24 மணி நேரத்திற்குள் புத்தகக் கடைக்கு வந்துவிடும். இவ்வாறு ஒவ்வொரு நாளும் 10,000க்கும் அதிகமான நூல்கள் அங்கு அச்சாகின்றன. பிஓடி நிறுவனத்தில் ஒவ்வொரு புத்தமாக அச்சிட்டு பைண்ட் செய்யும் இயந்திரத்தில் புத்தகம் தயாராவதைப் பார்த்தபடியே நேரத்தைக் கணக்கிட்டுக்கொண்டு ஓடினேன். 12 நிமிடத்தில் புத்தகம் பைண்ட் செய்யப்பட்டு வெளியே வந்து விழுந்தது. (2007இல் உலக அதிசயமாகத் தெரிந்த இந்தத் தொழில்நுட்பம் இன்று பரவலாகிவிட்டது.)

இந்தப் பின்னணியில் புத்தக விற்பனைக்குப் புத்தகக் கண்காட்சிகள் தேவை இல்லை. பின்னர் உலகப் புத்தகக் கண்காட்சிகளில் என்ன நடக்கிறது? நான்கு முறை உலகின் மிகப் பெரிய புத்தகக் கண்காட்சியான ஃபிராங்பர்ட் புத்தகக் கண்காட்சியிலும் ஒருமுறை லண்டன் புத்தகக் கண்காட்சியிலும் பங்குபெற்றிருக்கிறேன். நூல்களுக்கான மொழிபெயர்ப்பு உரிமை, விநியோக உரிமை போன்ற தொழில் சந்திப்புகளுக்கும் உடன்படிக்கைகளுக்குமான களங்கள் இவை.

ஒரு தமிழ்ப் பதிப்பாளர் உலகளாவிய புத்தகக் கண்காட்சிகளுக்கு ஏன் போக வேண்டும்? இதற்கான விடையை அப்பதிப்பாளரின் செயல்பாடு சார்ந்தே கண்டறிய முடியும். தமிழ் நூல்கள் மட்டுமே பிரசுரிக்கும் பதிப்பாளர்கள் யாரும் நான் அறிந்தவரை ஃபிராங்பர்ட்டுக்கு வருவதில்லை. இந்திய மொழிப் பதிப்பாளர்கள் வருவது அரிது அல்லது இல்லை என்று சொல்லிவிடலாம். இந்தியப் பதிப்பாளர்களில் ஆங்கில நூல் வெளியிடுபவர்களே வருகிறார்கள். இந்திய மொழி நூல்களுடன் ஆங்கிலத்திலும் நூல் வெளியிடுபவர்களும் வருவதுண்டு. நான் 2007க்குப் பிறகு தொடர்ந்து செல்வதற்குப் பல காரணங்கள் உண்டு. முதலில் அது ஓர் அரிய கற்றல் அனுபவம். உலக அளவில் பதிப்புலகில் என்ன நடக்கிறது என்பதன் அசைவுகளை அங்கே காணலாம். நூற்றுக்கு மேற்பட்ட நாடுகளிலிருந்து சுமார் 7000 பதிப்பாளர்கள் அங்கே சிறிய/பெரிய அரங்குகளை அமைக்கிறார்கள். சராசரியாக ஒரு நாளைக்குச் சுமார் ஐம்பதாயிரம் தொழில் முனைவர்கள் பங்கேற்கிறார்கள். மொத்தக் கண்காட்சியும் சுமார் 12 கால்பந்து மைதானங்களின் அளவு. (நடக்க விரும்பாதவர்களுக்கு உள்ளே இலவச மினிபஸ்கள் ஓடிக்கொண்டேயிருக்கின்றன.) இதில் 50 நாடுகளைச் சேர்ந்த பதிப்பாளர்களையாவது சந்தித்து உரையாடியிருப்பேன். ஓரான் பாமுக், பாவ்லோ கொய்லோ ஆகியோரின் உரைகளைக் கேட்டிருக்கிறேன். இம்முறை எதிர்பாராத விதமாக மலேசியா பாரம்பரிய நடனமான

‘மாக் யோங்கை’ப் பார்க்கக் கிடைத்தது. எவ்வளவு பெரிய வாய்ப்புகள்! உலகப் பதிப்பகச் சூழல் உருமாறிவரும் காலம் இது. நூல் என்பதன் பொருள், தாளில் அச்சிடப்பட்டுக் கட்டப்பட்ட சாமான் என்பதிலிருந்து அதன் உள்ளடக்கமே நூல் என்றாகிவிட்டது. அதன் வடிவம் ஒலி ஒளி நூலாக, மின் நூலாக உருமாற்றம் பெற்றுவருகிறது. இம்மாற்றங்களுக்கு ஈடுகொடுப்பதை விவாதிக்கும் சுமார் 2000 சந்திப்புகள், உரைகள், உரையாடல்கள் இங்கு நிகழ்கின்றன.

இரண்டாவது காரணம் உலகப் பேரிலக்கியங்களைத் தமிழுக்குக் கொண்டுவருவது. செம்மொழி மாநாட்டை ஒட்டி எழுதப்பட்ட தினமணி தலையங்கத்தில் குறிப்பிடப்பட்ட ஓரான் பாமுக்கின் என் பெயர் சிவப்பு நூலை மொழி பெயர்க்கும் அனுமதியை ஃபிராங்பர்ட்டில் தான் வாங்கினேன். மார்க்குவஸின் ‘நூறாண்டுகாலத் தனிமை’, பான்வில்லின் ‘கடல்’, கார்ட்னரின் ‘சோபியின் உலகம்’ போன்ற நவீன கிளாசிக்குகளைத் தமிழுக்குக் கொண்டுவரும் சாத்தியங்களின் கதவுகளைத் திறந்தவை ஃபிராங்பர்ட்/லண்டன் புத்தகக் கண்காட்சிகளே.

மூன்றாவதாகச் சிறந்த தமிழிலக்கியங்களை உலக மொழிகளுக்கு எடுத்துச்செல்வது. இப்பணி இரண்டு கட்டங்களாகச் செய்யப்பட வேண்டியது. முதலில் அவற்றை இந்திய ஆங்கிலப் பதிப்பாளர்கள் வெளியிடச் செய்ய வேண்டும். பின்னர், ஆங்கிலப் பிரதிகளுடன் உலகப் பதிப்பாளர்களிடம் உரையாடலாம். சுந்தர ராமசாமியின் ‘ஒரு புளியமரத்தின் கதை’, ஜி. நாகராஜனின் ‘நாளை மற்றுமொரு நாளே’, சி. சு. செல்லப்பாவின் ‘வாடிவாசல்’, சல்மாவின் ‘இரண்டாம் ஜாமங்களின் கதை’, தோப்பில் முகம்மது மீரானின் ‘ஒரு கடலோர கிராமத்தின் கதை’, பெருமாள்முருகனின் ‘கூளமாதாரி’, இந்திராவின் ‘நீர் பிறக்குமுன்’, அசோகமித்திரனின் ‘ஒற்றன்’ போன்ற படைப்புகள் அத்தகைய சாத்தியங்களைக் கொண்ட படைப்புகள். சல்மாவின் நாவல் ஜெர்மனிலும் காலிசியனிலும் (ஸ்பெயினின் ஒரு பிராந்திய மொழி) வெளிவர உள்ளது. பிற படைப்புகள் தொடர்பான பேச்சுவார்த்தைகள் நடந்துவருகின்றன. இப்பணி மிகக் கடினமானது. ஏனெனில் தமிழ்மொழி பற்றியோ அதன் இலக்கியச் சிறப்புகள் பற்றியோ எந்த விழிப்புணர்வும் உலகப் பதிப்புச் சூழலில் இல்லை. இந்நிலை மாறத் தொலைநோக்கு கொண்ட அரசுத் திட்டங்களும் செயல்பாடும் அவசியம்.

உலக நாடுகள் பெரும்பான்மையானவற்றில் தமது நாட்டுப் படைப்புகளை முன்னிறுத்தவும் பரவலாக்கவும் அரசு நிறுவனங்கள் ஊக்கத்துடன் செயல்படுகின்றன. பிறமொழிப் பதிப்பாளர்களுக்கு உதவிகளும் நல்கைகளும் வழங்குகின்றன. தமிழை உலகிற்கு எடுத்துச் செல்லும் நோக்குக் கொண்ட பண்பாட்டாளர்கள் இங்கு அதிகாரத்தில் இல்லை. தலைவரையும் தலைவரின் படைப்புகளையும் உலகிற்கு எடுத்துச் செல்லும் நோக்கத்திலிருந்து முற்றிலும் வேறுபட்டது இது. தமிழின் உன்னதப் படைப்பாளிகளின் படைப்புகள் மறைக்கப்பட்டு அரசியல்வாதிகளின் தயாரிப்புகள் முன்னிறுத்தப்படும் சூழல் நீங்கும்வரை தமிழின் சிறப்பு உலக மொழிகளில் சற்று மெல்லத்தான் விடியும்.

காலச்சுவடு, இதழ் 136, ஏப்ரல் 2011

வளர்ச்சி

கடந்த பத்தாண்டுகளில் தமிழ்ப் பதிப்புலகம் கண்டிருக்கும் வளர்ச்சிக்குப் பபாசி நடத்தும் சென்னைப் புத்தகச் சந்தையின் எழுச்சி ஒரு பிரதான காரணி. பல பதிப்பாளர்களின் உழைப்பு சென்னைப் புத்தகச் சந்தையின் வளர்ச்சிக்கு வழிவகுத்துள்ளது. சென்னைப் புத்தகச் சந்தையின் 25 ஆண்டில் (கடந்த ஜனவரியில் முடிந்தது 33ஆவது) அது ஒரு பாய்ச்சலாக முன்னேறியது. அவ்வாண்டு அதை முன்னின்று நடத்தியவர் அல்லயன்ஸ் ஸ்ரீனிவாசன். காயிதேமில்லத் கல்லூரி வளாகத்தில் அவர் விரைவு நடையில் அங்கும் இங்கும் பாய்ந்துகொண்டிருந்த காட்சியை அடிக்கடி நினைத்துக்கொள்வேன். அவ்வாண்டு திரண்ட கூட்டத்திலும் எழுந்த புழுதியிலும் பதிப்பாளர்களும் வாசகர்களும் சிக்கித் தவித்தனர். பல பதிப்பாளர்களும் பணியாளர்களும் கண்காட்சியிலிருந்து மருத்துவமனைக்குச் செல்ல வேண்டி வந்தது!

சென்னைப் புத்தகச் சந்தை ஏதேனும் ஒரு கல்லூரி / பள்ளியின் வளாகத்தில் ஒட்டிக்கொள்ளும் காலம் முடிவுக்கு வந்து தகுதியான மாற்று இடம் அமைய வேண்டும். பதிப்பாளர்களுக்கு ஒரு ஆண்டில் 10 நாட்கள் உரிமையுடன் நடைபோடும் இடம் வேண்டும். வளர்ந்துவரும் புத்தகச் சந்தை அடுத்த பாய்ச்சலை மேற்கொள்ள இன்னும் தகுதியான கட்டுமானங்களும் வசதிகளும் பதிப்பாளர்களுக்கும் வாசகர்களுக்கும் அவசியம்.

ஆண்டுதோறும் நடைபெறும் தேர்தலில் பபாசி நிர்வாகக் குழு மாறிவிடும் சாத்தியப்பாடு

உண்டு என்பதால் நிர்வாகக் குழுவினரால் தொலைநோக்கோடு திட்டமிடுதல் ஒரு கட்டத்திற்கு மேல் சாத்தியமில்லை. ஆக பபாசி புத்தகச் சந்தைகளைத் தொலைநோக்கோடு திட்டமிட மாற்று ஏற்பாடு அவசியமாகிறது. பபாசியின் கீழ் இயங்கும் ஒரு தனி நிறுவனம் புத்தகச் சந்தைகளை நடத்தலாம். இதற்காகவே ஒரு கம்பெனியை உருவாக்கலாம். இதுபற்றிய விரிவான விவாதம் அவசியம். சென்னைப் புத்தகச் சந்தை மிகப்பெரும் வளர்ச்சிக்கான சாத்தியங்களைக் கொண்டிருக்கிறது. இந்தியாவின் மிகப் பெரிய புத்தகச் சந்தையாகக் கருதப்படும் கல்கத்தா புத்தகச் சந்தை கடந்த சில ஆண்டுகளாக நெருக்கடிகளில் சிக்கித் தவிக்கிறது. அந்த முதலாம் இடத்திற்கு நகர்வது சென்னைப் புத்தகச் சந்தைக்குச் சாத்தியமானது.

சென்னைப் புத்தகச் சந்தையின் 30 ஆண்டுகால வளர்ச்சியில் அதற்கு எந்தப் பங்களிப்பும் செய்யாமல் அது தவிர்க்க முடியாத சக்தியாக எழுந்த பின்னர், எல்லாவற்றையும் கைப்பற்றும் பேராசை கொண்ட கருணாநிதியின் குடும்பம் 'சொந்தப் பணம்' நன்கொடை வழி சுயபுராண அரங்குகளோடும் மிரட்டல் அறிவுரைகளோடும் உள் நுழைந்திருக்கிறது. எந்த அரசியல் அதிகாரத்தோடும் ஐக்கியமாகாமல் 'அகலாது அணுகாது தீக்காய்வார்போல்' செயல்படுவதே பபாசிக்கு நீண்டகால நன்மை தரும்.

சில ஆண்டுகளுக்கு முன்னர் தொடக்கப் பள்ளிக் குழந்தைகள் புத்தகச் சந்தைக்கு முன்னால் கொளுத்தும் வெயிலில் நிறுத்தி வைக்கப்பட்டு மயங்கிவிழக் கண்டேன். உள்ளே இருந்த முதலமைச்சருக்கு இவர்கள் பாதுகாப்புப் பிரச்சினையா அல்லது குறுக்கீடா? தெரியவில்லை. பதிப்பாளர்களுக்குக் குழந்தைகளே முக்கியம்.

இதழ் 125, மே 2010

உலக மொழிகளில் தமிழ்ப் படைப்புகள்

தமிழ் இலக்கியத்தை உலக மொழிகளுக்குக் கொண்டு செல்லும் ஆர்வம் நமக்கு நெடுங்காலமாக இருந்துகொண்டிருக்கிறது. இப்பொருள் பற்றிய விவாதம் இதுவரை இலக்கியத் தரம், மொழிபெயர்ப்புத் தரம், பதிப்புத் தரம் ஆகியவற்றின் அடிப்படையில் நடந்துவந்துள்ளது. இவை முக்கியமானவைதான். எனினும் நடைமுறையில் இவற்றையும் தாண்டிய வேறு சில தளங்களை நாம் எதிர்கொள்ள வேண்டியது அவசியம்.

தில்லியில் நேஷனல் புக் டிரஸ்ட் (NBT) இரண்டாண்டுக்கு ஒருமுறை நடத்தும் உலகப் புத்தகச் சந்தையில் 2002ஆம் ஆண்டு முதல் முறையாகக் கலந்துகொண்டேன். என்னை அழைத்தவர் தில்லி இலக்கிய ஆர்வலரும் நண்பருமான சுரேஷ் சுப்ரமணியம். அப்போது NCBH போன்ற கட்சிப் பின்புலம் கொண்ட ஓரிரு பதிப்பாளர்கள் மட்டுமே அவற்றில் பங்கெடுத்தனர். தமிழின் முன்னணிப் பதிப்பாளர்கள் பெரும்பாலானோரை அங்கு நான் காணவில்லை. 2008இல் நடைபெற்ற உலகப் புத்தகச் சந்தைவரை இந்நிலையில் விசேஷ மாற்றம் ஏதும் இல்லை. (2006இல் கிழக்குப் பதிப்பகம் புதிதாக இணைந்துகொண்டது.) மாறாக ஒவ்வொரு முறையும் மலையாளத்திலிருந்து குறைந்தபட்சம் அரை டஜன் முன்னணிப் பதிப்பகங்களாவது கலந்துகொண்டன. தில்லி புத்தகச் சந்தையில் ஒரு தமிழ்ப் பதிப்பாளர் புத்தகம் விற்பனை செய்து, செலவுகளை ஈடுகட்டி,

நஷ்டப்படாமல் திரும்ப முடியாது. இச்சந்தையின் முக்கியத்துவம் கல்லாப்பெட்டி வசூலில் அடங்கிவிடுவது அல்ல. அதுபோன்ற நிகழ்வுகளில் தமிழுக்கு உரிய பிரதிநிதித்துவம் இருப்பது முக்கியமானது. ஒரு மொழியின் தன்னம்பிக்கையையும் விழிப்பு நிலையையும் அது காட்டுகிறது. இந்தியப் போக்குகளையும் உலகப் போக்குகளையும் அறிந்துகொள்வதும் நமது தொடர்புகளை விரிவுபடுத்திக்கொள்வதும் முக்கியம்.

NBT நடத்திய இந்த உலகப் புத்தகச் சந்தையில்தான் மொழிபெயர்ப்பு உரிமைகளை விற்பது, வாங்குவது பற்றிய அறிமுகம் முதன்முதலாக எனக்கு ஏற்பட்டது. பிராங்பர்ட் புத்தகச் சந்தை பற்றிய தகவல்களும் அங்கு கிடைத்தன. அவர்கள் இளம் பதிப்பாளர்களுக்கான பயிற்சித் திட்டம் ஒன்றை நடத்துவதாக என் கேரள நண்பரும் எடிட்டருமான வி.சி. தாமஸ் தெரிவித்து, அதற்கு விண்ணப்பிக்கும்படி என்னை ஊக்கப்படுத்தினார். 2007ஆம் ஆண்டு எனக்கு அந்த வாய்ப்பு கிடைத்தது. உலகப் பதிப்பகச் சூழலைப் பற்றிய பரந்துபட்ட அனுபவமாகவும் மொழிபெயர்ப்புகள் பற்றிய விரிவான புரிதலைப் பெறும் வாய்ப்பாகவும் அது அமைந்தது.

தமிழ்ப் படைப்புகளை உலக மொழிகளுக்கு எடுத்துச் செல்ல, இரண்டு கட்டமாகச் செயல்பட வேண்டியது அவசியம். முதலில் அப்படைப்புகளின் தகுதியான ஆங்கில மொழிபெயர்ப்புகளை உருவாக்க வேண்டும். உலக மொழிப் பதிப்பகங்களில், பிறமொழிப் படைப்புகளைத் தேர்வுசெய்து மொழிபெயர்ப்பு உரிமையை வாங்கும் எடிட்டர்கள் பெரும்பாலும் ஆங்கிலம் அறிந்தவர்கள். ஒரு தமிழ்ப் படைப்பு மொழிபெயர்ப்புக்குத் தேர்வு செய்யப்பட்ட பின்னர் தமிழிலிருந்து நேரடியாகவே பிரெஞ்சுக்கும் ஜெர்மனுக்கும் மொழிபெயர்க்கப்படக்கூடிய வாய்ப்பு இன்று இருக்கிறது. என்றாலும் அவர்கள் படித்துப்பார்த்துத் தேர்வை மேற்கொள்ள ஆங்கிலப் பிரதி இன்றியமையாதது.

மலையாளம் அல்லது கன்னடத்திலிருந்து ஒரு நல்ல படைப்பு ஆங்கிலத்திற்கும் பிற இந்திய மொழிகளுக்கும் செல்வதற்கான வாய்ப்பு அதிகம். தமிழிலிருந்து அதே தரத்திலான படைப்பு செல்வதற்கான வாய்ப்பு குறைவு. இதற்கான காரணங்களைப் பல தளங்களில் சுயவிமர்சனத்துடன் நாம் அணுக வேண்டும். எல்லாத் தளங்களிலும் தமிழன் ஒடுக்கப்படுகிறான் என்ற வெற்றுப் புலம்பலால் விளையப்போகும் பயன் எதுவும் இல்லை. முதல் காரணம் கன்னடத்திலும் மலையாளத்திலும் பிற முக்கிய இந்திய மொழிகளிலும் பல முன்னணி எழுத்தாளர்களும் விமர்சகர்களும் கல்லூரி, பல்கலைக்கழக ஆங்கிலத் துறையைச்

சேர்ந்தவர்கள். யு.ஆர். அனந்தமூர்த்தி, ஐயப்பப் பணிக்கர், சச்சிதானந்தன், பால் சக்கரியா, கோபால கிருஷ்ண அடிகா, ஹெச்.எஸ். சிவப்பிரகாஷ், கெளரி லங்கேஷ் எனப் பல உதாரணங்கள். இவர்கள் உலக இலக்கியச் செழுமையைத் தமது மொழிகளுக்குக் கொண்டுவரவும், தமது மொழிகளின் செழுமையை உலக அரங்கிற்குக் கொண்டுசெல்லவும் தமது ஆங்கில அறிவைப் பயன்படுத்துகிறார்கள்.

மாறாகத் தமிழகத்திலுள்ள ஆங்கிலத் துறையினர் தமிழ் இலக்கியத்தோடு தீண்டாத உறவைப் பேணிவருகின்றனர். சி. மணி, பிரம்மராஜன், ஆர். சிவக்குமார் போன்ற மிகச் சில விதிவிலக்குகள் உண்டு. எனினும் ஒரு போக்கு என்று பார்க்கும்போது இது பெருமளவிற்கு உண்மை. இதன் விளைவாகத் தமிழ், ஆங்கில இருமொழித் திறன் கொண்ட அறிஞர்கள் நம்மிடையே விரல்விட்டு எண்ணக்கூடிய அளவிலேயே உள்ளனர். இன்னொரு முக்கியக் காரணி தேசிய நீரோட்டத்திற்கும் தமிழர்களுக்கும் இடையே திராவிட இயக்கம் ஏற்படுத்திய பிளவு. தேசிய நாடகப் பள்ளி, சாகித்திய அகாதெமி போன்ற தேசியப் பண்பாட்டு அமைப்புகள் பல பத்தாண்டுகள் தமிழ்ப் பண்பாட்டாளர்களால் பெருமளவிற்குப் புறக்கணிக்கப்பட்டன. தில்லி போன்ற தேசிய அதிகார மையங்களுக்கு அறிவுஜீவி வர்க்கம் குடிபெயர்வதை இந்தி எதிர்ப்புணர்வு தடைசெய்தது. அவ்வாறு குடிபெயர்ந்த ஒருசில தமிழ்ப் பண்பாட்டு ஆர்வலர்களும் இந்தியைக் கற்றுக்கொள்வதைக் கொள்கை அடிப்படையில் தவிர்த்தனர். தேசிய நிறுவனங்களோடு உறவாட இது குறிப்பிட்ட அளவு தடையாக இருந்திருக்கக்கூடும். இதுபோன்ற தடைகள் பிற இந்திய மொழியினருக்கு இல்லை. குறிப்பாக மலையாளம், கன்னடம், வங்காளம், மராத்தி போன்ற மொழியினர் தேசிய பண்பாட்டுத் தளங்களில் தம்மை வலுவாக நிறுவிக்கொண்டுவிட்டனர்.

அரசு நிறுவனங்களிலும் இந்திய ஆங்கிலப் பதிப்பகங்கள் போன்ற தனியார் பண்பாட்டு நிறுவனங்களிலும் முக்கியப் பொறுப்புகளில் தமிழர்கள் அதிகம் இல்லை. அவ்வாறே இருந்தாலும் அவர்கள் வீட்டில் மட்டும் தமிழ் பேசக்கூடிய, ஆனால் தமிழ் இலக்கியத்தோடும் பண்பாட்டோடும் உயிரோட்டமான உறவுகளைப் பேணாத, தில்லியிலோ மும்பையிலோ பாலக்காட்டிலோ பிறந்த பிராமணர்களாக இருப்பார்கள். இதில் விதிவிலக்காகத் தமிழகத்தைச் சேர்ந்த ஒருசிலர் முக்கிய இடங்களில் இருந்தாலும் தமிழகக் கல்வியின் வழி தமிழ் நவீன இலக்கியத்தையும் பண்பாட்டையும் அவர்கள் உணரக் கிடைக்கும் வாய்ப்புக் குறைவு என்பதால் அவர்களில் அது ஓர் ஆழமான தாக்கத்தை ஏற்படுத்துவதில்லை. தமிழ்

இலக்கியச் செழுமையை இந்திய அரங்கிற்குக் கொண்டுசெல்ல வேண்டும் என்ற ஆர்வம் அவர்களிடம் காணப்படுவது அரிது. மாறாக ஆங்கிலத் தளத்தில் பணியாற்றும் பிற இந்திய மொழியினர் பலர் தமது தாய்மொழியோடு பெருமிதம் கலந்த உயிரோட்டமான உறவைப் பேணிவருகின்றனர்.

நவீன தமிழிலக்கியத்தின் சிறப்பைத் தலைநகரில் எடுத்துரைக்க க.நா.சு., சி. ரவீந்திரன், இந்திரா பார்த்தசாரதி, வெங்கட் சாமிநாதன் போன்ற தமிழ் – ஆங்கில இருமொழிப் புலமையுடைய தலைமுறை இன்று தில்லியில் இல்லை. மேற்படிச் சூழல், தமிழ் இலக்கியத்தை ஆங்கிலத்தில் மொழிபெயர்த்துப் பிரசுரிப்பதை ஒரு சவாலாக நம் முன் நிறுத்துகிறது.

தமிழ் நவீன இலக்கியம் குறைந்த அளவில்கூட உலகக் கவனம் பெறவில்லை என்றாலும் தமிழ்ப் பண்டைய இலக்கியம் குறிப்பிட்ட கவனத்தைப் பெற்றுள்ளது. அமெரிக்கப் பல்கலைக்கழகப் பதிப்பகங்களினால் உலக ஆங்கில நடையில் பரிச்சயமும் தமிழிலும் ஆங்கிலத்திலும் புலமையும் கொண்டவர்களால் பல தகுதியான மொழிபெயர்ப்புகள் வெளிவந்துள்ளன. இருப்பினும் இவற்றோடு பரிச்சயம் அடைந்தவர்களின் வட்டம் மிகக் குறுகியது என்பதே என்னுடைய கணிப்பு.

இது நீங்கலாக இன்னொரு வகை மொழிபெயர்ப்புகளும் இங்கு நடந்துள்ளன. தமிழகத்தில் வெளியிடப்படும் ஆங்கில மொழிபெயர்ப்புகள். இவற்றில் பெரும்பாலானவை பொருட்படுத்தத்தக்க தரத்திலான மொழிபெயர்ப்பிலோ பதிப்பிலோ வருவதில்லை. நவீன கால இலக்கியத்தின் ஆங்கிலத்திலும் பிற இந்திய மொழிகளிலும் மொழிபெயர்ப்புகளை ஊக்குவிக்கத் தமிழக அரசு மேற்கொண்ட முயற்சிகள் மிகப் பெரும்பாலானவை அபத்தத்தையும் அரசியலையும் ஊடும் பாவுமாகக் கொண்டு செயல்படுத்தப்பட்டவை.

விதிவிலக்காக நவீன தமிழிலக்கியத்தில் பெருமாள்முருகனின் 'கூளமாதாரி', 'நிழல்முற்றம்' ஆகிய நாவல்கள் ஆங்கிலத்தில் 'Seasons of the Palm', 'Current Show' என்ற தலைப்புகளில் வெளிவந்தன. ஒரு தமிழ் எழுத்தாளரின் இரண்டு நாவல்கள் ஆங்கிலத்தில் மொழிபெயர்க்கப்படுவது சகஜமானது அல்ல. பெருமாள்முருகன் படைப்புகளை ஆங்கிலத்தில் வெளியிட்ட 'தாரா' பதிப்பகம் சென்னையில் இயங்குகிறது. இப்படைப்புகளை ஆங்கிலத்தில் மொழிபெயர்த்த வ. கீதா, இப்பதிப்பகத்தில் முக்கியப் பொறுப்பில் இருந்தார். தமிழ் இலக்கியத்தோடு உயிரோட்டமான உறவைப் பேணும் தமிழ் – ஆங்கில இருமொழி அறிஞர்கள் ஆங்கிலப் பதிப்பகங்களில்

பதிப்பும் படைப்பும்

பணியாற்றும்போது, தமிழ்ப் படைப்புகள் ஆங்கிலத்திற்குக் கொண்டுசெல்லுதல் சாத்தியம் என்பதற்கு இது ஒரு சான்று. தமிழகத்தில் பிறந்த கீதா தர்மராஜன் புது தில்லியில் ‘கதா’ பதிப்பகத்தைத் தொடங்கியபோது ந. முத்துசாமி, புதுமைப்பித்தன், சுந்தர ராமசாமி, மௌனி, அம்பை போன்ற பல தமிழ்ப் படைப்பாளிகளின் படைப்புகள் ஆங்கிலத்திற்குச் சென்றன. தமிழகத்தில் பிறந்த ஆர். சிவப்ரியா இப்போது பெங்குவின் பதிப்பகத்தில் எடிட்டராக உள்ளார். இவர் வழி தங்கப்பாவின் மொழிபெயர்ப்பில் தேர்ந்தெடுத்த சங்க இலக்கியக் கவிதைகள், முத்தொள்ளாயிரம் ஆகியவை ஆங்கிலத்தில் வெளிவர உள்ளன. இந்திய, உலகப் பண்பாட்டு அமைப்புகளால் கலந்தாலோசிக்கப்படும் தமிழ் – ஆங்கில அறிஞர்களான ஆ. இரா. வேங்கடாசலபதி, லக்ஷ்மி ஹோம்ஸ்ட்ரோம், திலீப்குமார் போன்ற சிலர் கடந்த பல ஆண்டுகளாகத் தகுதியான தமிழிலக்கியங்கள் ஆங்கிலத்திற்கு மொழிபெயர்க்கப்படுவதற்கு முயன்று வருகின்றனர்.

தேசிய நீரோட்டத்திலிருந்து தமிழர்கள் தம்மை நீக்கிக்கொண்டமை, பண்பாட்டுத் தளத்தில் இந்திய அரங்கிலும் உலக அரங்கிலும் கணிசமான இழப்புகளை நமக்கு ஏற்படுத்தியுள்ளது. அரசியல் தளத்தில் தமிழுணர்வுள்ளவர்கள் இந்திய வெளியுறவுத் துறையில் ஒரு சக்தியாக இல்லாத நிலையின் கொடுமையை இலங்கைப் பிரச்சனையின்போது வலியுடன் உணர முடிந்தது. அது தனியாக விவாதிக்கப்பட வேண்டிய செய்தி. யு.ஆர். அனந்தமூர்த்தி, கிரிஷ் கர்னாட், சச்சிதானந்தன் போன்ற இந்திய அரங்கிலும் உலக அரங்கிலும் அறியப்பட்ட ஆளுமைகள் தமிழில் இல்லாதிருப்பதன் காரணம் படைப்புத்திறனின் இன்மை அல்ல, தேசியப் போக்கிலிருந்து நாம் ஏற்படுத்திக்கொண்ட சுயநீக்கமே முக்கிய காரணம். உண்மையில் திராவிட இயக்கம் பண்பாட்டுத் தளத்தில் பெருமளவிற்குத் தமிழ்த் தேசிய இயக்கமாகவே செயல்பட்டிருக்கிறது. வடக்கிலிருந்து விலகி நின்றதற்குக் கோட்பாட்டுக் காரணங்களைச் சொல்லலாம். ஆனால் மலையாளம், கன்னடம், தெலுங்கு ஆகிய திராவிட மொழிகளோடும் ஒரு வலுவான உறவைப் பேணாததற்கு என்ன காரணம்? தமிழ்த் தேசியம் உள்நோக்கித் திரும்பி இந்தியாவின் பண்பாட்டு விரிவை எல்லாத் தளங்களிலும் மறுத்தமைதான். இதன் விளைவாகத் தமிழ் இலக்கியம் அண்டை மொழிகளுக்குக்கூடப் போதிய அளவு செல்லவில்லை. மலையாள இலக்கியத்திற்குக் கர்நாடகத்திலும் கன்னட இலக்கியத்திற்குக் கேரளத்திலும் கிடைக்கும் வரவேற்பு தமிழ் இலக்கியத்திற்கு இரு மாநிலங்களிலும் இல்லை.

இதற்கு மாற்றாகக் கடந்த சுமார் அரை நூற்றாண்டுத் திராவிடக் கட்சிகளின் ஆட்சியில் தேசியப் பண்பாட்டு அமைப்புகளுக்கு நிகரான மாற்றுப் பண்பாட்டு நிறுவனங்கள் எவற்றையும் இங்கு உருவாக்கவில்லை. இவர்கள் உருவாக்கிய நிறுவனங்கள் அரசியல்வாதிகளின் ஆதிக்கத்தில் நகைப்புக்கு இடமளிக்கும் நடவடிக்கைகளில் ஈடுபட்டுப் பண்பாட்டுச் சீரழிவின் உதாரணங்களாகவே நம்முன் நிற்கின்றன. தில்லிக்கு மாற்றான வலுவான பண்பாட்டு மையமாகச் சென்னை உருவாகியிருந்தால் தேசியப் போக்கிலிருந்து நீக்கம் பெற்றதுபற்றி நாம் கவலைப்பட வேண்டியதில்லை. மட்டுமல்ல, அதையே ஒரு சாதகமாக மாற்றியிருக்கவும் முடியும். திராவிடப் பண்பாட்டின் தனித்துவமான அம்சங்களுக்குச் சென்னை பிரசித்திபெற்ற மையமாகியிருக்க முடியும்.

பிராங்பர்ட் புத்தகச் சந்தையில் ஒவ்வொரு ஆண்டும் சிறப்பு விருந்தினராக ஒரு நாட்டை அழைப்பது வழக்கம். இந்தியா விதிவிலக்காக இரண்டு முறை அழைக்கப்பட்டுள்ளது.

இந்தியாவைப் போலவே ஸ்பெயின் நாட்டில் ஸ்பானிஷ் மொழியை முன்வைத்து இயங்கும் தேசியப் போக்கோடு இணையாத தனித்துவமான பிராந்தியப் போக்குகள் உள்ளன. கலிசியா அதில் ஒன்று; பார்சிலோனாவை மையமாகக் கொண்ட கடாலன் மற்றொன்று. 2007ஆம் ஆண்டு ஒரு தனித்தேசமே இல்லாத 'கடாலன் கல்சர்' சிறப்பு விருந்தினராக பிராங்பர்ட் புத்தகச் சந்தைக்கு அழைக்கப்பட்டது. திராவிட இயக்கக் கட்சிகள் மொழி சார்ந்து வெளிப்படுத்திய உணர்வுகளை ஒரு ஓர்மையுடன் ஆட்சியில் அமர்ந்தபோது செயல்படுத்தியிருந்தால் இதுபோன்ற சிறப்புகளை நாமும் பெற்றிருக்க முடியும். இரண்டாவது முறையாக இந்தியா அழைக்கப்பட்டதற்குப் பதிலாகத் திராவிடப் பண்பாடு அங்கு சிறப்பு விருந்தினராக உலகக் கவனத்தைப் பெற்றிருக்கக்கூடிய சாத்தியம் அசலானது. இவைபோன்ற அங்கீகாரங்கள் நமக்குக் கிடைக்க நாம் பண்பாட்டுத் தளத்தில் நம்மைத் தகுதிப்படுத்திக்கொள்ளவில்லை என்பது மட்டுமல்ல, இதுபோன்ற கனவுகள்கூட நமக்கு இல்லாதவாறு காயடிக்கப்பட்டுவிட்டோம். இன்று தேசியப் போக்கோடும் இணையாமல், தனித்துவமான மாற்றுப் பண்பாட்டு மையங்களையும் உருவாக்காமல், அறியாத் துயிலில் ஆழ்ந்திருக்கிறது தமிழ்ப் பண்பாடு.

தேசிய அரங்கில் தமிழ் இலக்கியம் உரிய கௌரவம் பெறாத நிலை உலக இலக்கியச் சூழலிலிருந்தும் நம்மை விலக்கியுள்ளது. மலையாளம், கன்னடம், மராத்தி, வங்காள

மொழி இலக்கியங்கள் எந்த அளவுக்கு உலக மொழிகளில் மொழிபெயர்க்கப்பட்டுள்ளனவோ அதோடு ஒப்பிடும் நிலையில் தமிழ் இலக்கியம் இல்லை. இந்திய அரசுப் பண்பாட்டு நிறுவனங்கள், தனியார் பண்பாட்டு நிறுவனங்கள், இந்தியாவிலிருக்கும் பிரிட்டிஷ் கவுன்சில் போன்ற பிறநாட்டுப் பண்பாட்டு நிறுவனங்கள் சார்பாக உலக நிகழ்வுகளுக்கு அழைக்கப்படும் எழுத்தாளர்களில் தமிழ் எழுத்தாளர்கள் உரிய இடம்பெறுவதில்லை. அவர்கள் அழைக்கப்படும்போதும் அது குறைந்தபட்சப் பிரதிநிதித்துவம் சார்ந்ததாகவும், எழுத்தாளர்களின் படைப்புச் சார்ந்த பங்களிப்பைவிட அரசியல் அதிகாரத்துடனான உறவை அதிகம் கணக்கில் கொள்வதாகவும் அமைகிறது.

மத்திய அரசின் பண்பாட்டு நிறுவனங்களில் தமிழர்கள் உயர்நிலைப் பதவிகளில் வருவதில்லை. சாகித்திய அகாதெமியில் செயலாளர், தலைவர் நிலைக்குப் போட்டியிடக் கூடிய அகில இந்திய அளவில் தொடர்புகளும் தாக்கமும் உடைய எந்த ஆளுமையும் நம்மிடம் இல்லை. அடுத்த பத்தாண்டுகளில்கூட அத்தகைய ஆளுமைகள் உருவாவதற்கான எந்த அறிகுறியும் இல்லை. நமக்கும் சாகித்திய அகாதெமிக்குமான உறவு 'முற்போக்கு' அரசியலில் மக்கிப்போய்க்கொண்டிருக்கிறது.

இந்நிலை மாற, தேசிய நிறுவனங்களில் உரிய இடத்தைத் தமிழ் பெற, திட்டமிட்டு முயல வேண்டும். நாம் பல பத்தாண்டுகள் பின்தங்கிவிட்ட விழிப்புணர்வோடு இந்த முயற்சியில் ஈடுபட வேண்டும்.

○

தமிழ் இலக்கியத்தை உலக மொழிகளுக்குக் கொண்டுசெல்ல முதலில் அவற்றை ஆங்கிலத்தில் மொழிபெயர்த்து இந்தியாவில் பிரசுரிக்க வேண்டும். இதன் அடுத்த கட்டமாக ஆங்கில மொழிபெயர்ப்புகளுடன் பிராங்பர்ட், லண்டன் போன்ற நகரங்களில் நடைபெறும் உலகப் புத்தகச் சந்தைகளில் பங்கேற்க வேண்டும். தில்லி உலகப் புத்தகச் சந்தைக்கே வராத நம் பதிப்பகங்கள் உலகப் புத்தகச் சந்தையில் இடம்பெறாமலேயே இருப்பதில் வியப்பில்லை.

2008ஆம் ஆண்டு பிராங்பர்ட் புத்தகச் சந்தையில் சிறப்பு விருந்தினராக இடம்பெற்ற நாடு துருக்கி. துவக்க நிகழ்ச்சியில் நோபல் பரிசு பெற்ற நாவலாசிரியர் ஓரான் பாமுக் உரையாற்றினார். பத்தாண்டுகளுக்கு முன்னர் அவர் முதல்முறையாக பிராங்பர்ட் வந்தபோது பெரிய மனச்சோர்வுக்கு

ஆளானதைக் குறிப்பிட்டார். காரணம் சுமார் 100 உலக நாடுகள் பங்கேற்கும் அந்தப் பிரம்மாண்டத்தில் தனது படைப்புகள் உலக மொழி வாசகர்களை எட்டுமா என்ற பிரமிப்பு ஏற்பட்டதே காரணம் என்றார். அத்தகைய ஒரு மன அழுத்தம் ஒவ்வொரு முறையும் ஏதேனும் ஒரு உலகப் புத்தகச் சந்தையில் பங்கேற்கும் போதும் எனக்கு ஏற்படுகிறது. தமிழ் மொழி செம்மொழி எனவும், உலக மொழி எனவும், இலக்கியச் செழுமை கொண்டது எனவும், உலகத் தரமானது எனவும் மூத்த மொழி எனவும் நாம் மார்தட்டிக்கொள்ளலாம். இவை எல்லாமே உண்மைதான். ஆனால் அங்கு 'தமிழ் என்றொரு மொழி உள்ளது' என்றே பேச்சைத் துவங்க வேண்டியிருக்கிறது. தமிழ்க் கொடி அங்கு தாழ்ந்துகூடப் பறக்கவில்லை; அதற்குக் கொடிக் கம்பமே இல்லை.

உலகப் புத்தகச் சந்தைகள் புத்தகங்களை விற்பனை செய்யும் புத்தகக் கண்காட்சிகள் அல்ல. மாறாக, மொழிபெயர்ப்பு உரிமைகளை விற்கவும் வாங்கவும் விநியோக உரிமைகளைக் கொடுக்கவும் பெறவுமான தொழில் நடவடிக்கைகளுக்கான மையங்கள் அவை. இவற்றில் முன்திட்டத்தோடும் கடும் முயற்சியோடும் செயல்படாதவரை தமிழ் இலக்கியத்தை உலக மொழிகளுக்குக் கொண்டுசெல்வது பற்றிய முழக்கங்கள் வெறும் சவடாலாக இருக்கும்; செயல்பாடாக இராது.

இன்றைய உலக இலக்கியச் சூழலில் ஆங்கிலம், ஜெர்மன், பிரெஞ்சு, ஸ்பானிஷ் போன்ற சில மொழிகளின் ஆதிக்கம் உள்ளது. சிறுபான்மை மொழிகள் இவற்றில் தாக்கம் ஏற்படுத்துவது கடினமான பணி. உலகில் இன்று தமிழ் பேசுவோரின் எண்ணிக்கை சுமார் ஆறரைக் கோடி இருக்கலாம். இது எண்ணிக்கை சார்ந்து பல ஐரோப்பிய மொழியினரைவிடப் பெரிதாக இருந்தாலும் உலக இலக்கியப் பதிப்பாளர், வாசகர் தளத்தில் தமிழின் தாக்கம் பெருமளவுக்கு இல்லை என்பதால், நடைமுறையில் அதை ஒரு சிறுபான்மை மொழியாகவே கருத வேண்டும். துருக்கி, டானிஷ், ஸ்வீடிஷ் போன்ற பல சிறுபான்மை மொழிகள் பேசப்படும் நாடுகளின் அரசு நிறுவனங்கள் தமது மொழி இலக்கியங்களை உலக மொழிகளுக்கு எடுத்துச்செல்ல அனுசரணையான செயல்பாடுகளில் ஈடுபடுகின்றன.

சிறுபான்மை மொழிப் படைப்புகளை ஜெர்மனியிலும் இங்கிலாந்திலும் பிரான்சிலும் அமெரிக்காவிலும் வெளியிடக்கூடிய பதிப்பகங்கள், தமிழ்ச் சிற்றிதழ் சூழலிலிருந்து உருவாகி வரும் பதிப்பகங்களைப் போன்று லாப நோக்கத்தை மட்டும் முன்னிறுத்தாமல், பொருளாதார லாபத்தோடு பண்பாட்டுப் பங்களிப்பையும் முக்கியமாகக் கருதிச் செயல்படக்கூடியவை.

பதிப்பும் படைப்பும்

இத்தகைய பதிப்பகங்கள் தமிழ்போன்ற உலகக் கவனம் பெறாத மொழி நூல்களை மொழிபெயர்த்து வெளியிட ஏதேனும் உதவித் தொகை கிடைக்குமா என்று எதிர்பார்க்கக்கூடியவை. இத்தகைய நல்கையை எந்த எந்த மொழிப் படைப்புகளுக்கு அரசு நிறுவனங்கள் வழங்குகின்றனவோ அந்த மொழிப் படைப்புகள் அதிக ஆர்வத்துடன் உலக மொழிகளில் மொழிபெயர்க்கப்படுகின்றன. இத்தகையச் செயல்பாட்டின் வழி துருக்கி அரசு தனது மொழியின் சுமார் 500 படைப்புகளை 36 மொழிகளுக்குக் கடந்த மூன்று ஆண்டுகளில் கொண்டு சென்றுள்ளது.

இந்தியாவின் மொழிகளுக்கும் இத்தகைய ஊக்கத்தை இந்திய அரசு வழங்க வேண்டும். அதற்கான அழுத்தத்தைப் பிறமொழி ஆர்வலர்களுடன் இணைந்து நாம் மத்திய அரசில் ஏற்படுத்த வேண்டும். தமிழ் இலக்கியத்தை உலக மொழிகளுக்குக் கொண்டுசெல்லும் நமது கனவு அப்போது நனவாகக்கூடும்.

ஜூன் 27, 28 தேதிகளில் மதுரையில் 'கடவு' நடத்திய 'கூடல் சங்கமம்' நிகழ்வின் துவக்க நிகழ்வில் ஆற்றிய உரை

***உயிர் எழுத்து*, ஆகஸ்ட் 2009**

●

வாசிப்பில் தோய்ந்த கனவுகள்

தமிழகப் பொது நூலகத் துறை இன்று பல சீர்திருத்தங்களை எதிர்நோக்கியிருக்கிறது.

2006இல் துவங்கிய திமுகவின் ஆட்சி தமிழகம் கண்டிருக்கும் சிறந்த ஆட்சிகளில் ஒன்றல்ல. முந்தைய (1996 – 2001) திமுக ஆட்சியோடுகூட ஒப்பிடும் தகுதி இதற்கு இல்லை. அது கலைஞர் தலைமையிலான ஆட்சியாக இருந்தது. இன்று நடப்பது குடும்ப 'ஜனநாயக' ஆட்சி. தமிழகப் பொதுவாழ்வில் குடும்ப இயல் அரசியலுக்கு மாற்றாக உருவாகிவருவது மிகக் கேடானது.

இருப்பினும் தமிழ்ப் பதிப்பாளர்களுக்கும் புத்தக உலகத்திற்கும் பல நன்மை பயக்கும் செயல்பாடுகள் இந்த ஆட்சியில் ஏற்பட்டுள்ளன. பதிப்பாளர் வாரியம் அமைக்கப்பட்டுள்ளது. பொதுநூலகங்களுக்கு வாங்கும் நூல் பிரதிகள் அதிகரித்துள்ளன. இன்னும் இதுபோல் பல.

நூலகங்கள் ஒரு சமூகத்தின் பண்பாட்டு ஆன்மிக ஸ்தலம். ஒவ்வொரு மாபெரும் சமூக அரசியல் இயக்கமும் வாசிப்பு இயக்கத்தையும் நூலக இயக்கத்தையும் ஏற்படுத்தியிருக்கிறது. தேசிய இயக்கம், இடதுசாரி இயக்கம், திராவிட இயக்கம் இதற்கு உதாரணங்கள். அந்த இயக்கங்களின் சரிவோடு அவர்கள் உருவாக்கிய நூலகங்களும் பெருமளவுக்கு வீழ்ச்சியடைந்துவிட்டன. இந்நிலை பழைய புத்தக வியாபாரிகளையும் பழைய புத்தகச் சேகரிப்பாளர்களையும் தவிர வேறு எவருக்கும் மகிழ்ச்சியளிக்கக்கூடியது அல்ல.

கிராமங்களை இந்தியாவின் குட்டிக் குடியரசுகளாகக் கற்பனை செய்த காலம் உண்டு. நம்பிக்கையும் கற்பனைகளும் பனிமேகம்போல யதார்த்தங்களின்மீது கவிந்திருந்த காலகட்டம் அது. இன்று யதார்த்தமே தேவதூதர். 'அதுதான் யதார்த்தம்' என மொழிந்து படுகொலையைக்கூட நியாயப்படுத்திவிடலாம். ஆனால் நாம் யதார்த்தத்தை எதிர்கொள்வது என்பது அநீதிகளை வணங்குவதற்காக அல்லாமல், பிரச்சினைப்படுத்துவதற்காக, மாற்றி அமைப்பதற்கான தூண்டுதலை வழங்குவதாக இருக்க வேண்டும். அத்தகைய ஒரு முயற்சிக்கு ஆதாரமாக அமைவது நூலகம். நூலக உருவாக்கமும் மேம்பாடும் சமூக மேம்பாட்டுக்கு இன்றியமையாதவை. எனவே பொதுநூலகத் துறையின் இன்றைய நிலையையும் அதில் ஏற்பட வேண்டிய மேம்பாடுகளையும் விவாதிப்பது முக்கியமானது.

இன்று பின்பற்றப்பட்டுவரும் நூல்களின் தேர்வுமுறை மிகப் பழமையானது. ஓராண்டுக்கு ஒருமுறை நூல்கள் சமர்ப்பிக்கும்படி வேண்டப்படுகின்றது. சில சமயங்களில் இடையில் ஓராண்டு விடுபடுகிறது. உதாரணத்திற்கு 2006ஆம் ஆண்டில் தமிழகம் முழுவதும் ஒரு ரூபாய்க்குக்கூட நூல்கள் வாங்கப்படவில்லை. பொதுவாக நூல்கள் சமர்ப்பிக்கப்பட்டு, பத்து மாதங்களுக்குப் பிறகு தேர்வு அறிவிக்கப்படுகிறது. விதிவிலக்காக முதலமைச்சரின் 85ஆம் பிறந்ததின விழாவில் வெளியிடப்பட்ட 85 நூல்களுக்கு அந்த மேடையிலேயே நூலக உத்தரவு வழங்குவது போன்ற தனிநபர் ஆராதனையைத் தூண்டும் செயல்பாடுகள் நூலகத் தேர்வு முறைமையையும் தேர்வுக் குழுவையும் கேலிக்கு உரியதாக்குகின்றன.

காலதாமதமாக நூல் தேர்வு அறிவிக்கப்படும்போது பதிப்பாளரிடம் ஆயிரம் பிரதிகள் தயாராக இருப்பதற்கான வாய்ப்பு குறைவு. மீண்டும் அச்சிட்டு நூல்களை அனுப்ப நூலகத் துறை தரும் சுமார் 30 நாட்கள் கால அவகாசம் பதிப்பாளர்களுக்கு நெருக்கடியை ஏற்படுத்தக்கூடியது. இத்தகைய நெருக்கடி தயாரிப்புத் தரத்தைப் பாதிக்கும்.

நூல்களைப் பதிப்பாளர் விருப்பப்படி சமர்ப்பிக்க அனுமதிக்க வேண்டும். மாதம் ஒருமுறை நூல் தேர்வுகளை அறிவிக்கலாம். வேண்டப்பட்ட நூல்களை நூலகத் துறைக்கு அனுப்ப மூன்று மாத கால அவகாசம் தருவது அவசியம். தேர்வுசெய்யப்பட்ட நூல்களை நூலகங்களில் ஒப்படைத்த ஒரு மாத காலத்தில் பட்டியல் தொகை பதிப்பாளருக்கு அனுப்பப்பட வேண்டும். இன்று இது நெடுந்தொடர்போல ஒவ்வொரு

மாவட்ட நூலகரிடமிருந்து ஓராண்டு கால இடைவெளியில் கிடைக்கப்பெறுகிறது. தேர்வுமுறையிலும் கொள்முதலிலும் தரநிர்ணயத்திலும் இப்போது அனைத்துக் கிராம அண்ணா மறுமலர்ச்சித் திட்டம் பின்பற்றியுள்ள முறைமை மேலானது. பொதுநூலகத் துறை வாங்கும் நூல்கள், இதழ்களின் பட்டியலை இணையத்தில் அறிவிக்க வேண்டும். மக்கள் வரிப்பணத்தில் வாங்கப்படும் நூல்கள், இதழ்களின் பட்டியலைப் பார்வையிடவும் விமர்சிக்கவும் ஆலோசனை வழங்கவும் அனைவருக்கும் உரிமை உண்டு.

தமிழக நூலகங்கள் பற்பல மேம்பாடுகளை வேண்டி நிற்கின்றன. விடுமுறை நாட்களில், ஓய்வு நேரங்களில் குடும்பத்தோடு வந்து பொழுதைப் பயனுள்ள வகையில் செலவிடும் பண்பாட்டுக் கூடங்களாக நூலகங்கள் செயல்பட வேண்டும். இன்று அவை அரசு அலுவலகங்களைப் போலச் செயல்படுகின்றன. அத்தோடு வாசிப்புப் பழக்கத்தின் தேவையை உணரவைக்க ஒரு நூலக இயக்கம் நடப்பது அவசியம். வாசகரின் தேவையை இதமாகப் பூர்த்திசெய்ய, நூலகர்களுக்குத் திறனையும் நுண்ணுணர்வையும் ஏற்படுத்தும் பயிலரங்குகள் அவசியம். நூலகர்கள் புத்தகங்களின் ஆர்வலர்களாக, வாசகர்களை ஊக்குவிப்பவர்களாக இருக்க வேண்டும்.

மிக முக்கியமான இன்னொரு அம்சம் நூல்களின், இதழ்களின் தேர்வு. இன்றைய நடைமுறை அடிப்படையான மாற்றங்களுக்கு உள்ளாக்கப்பட வேண்டும். நூலகத் தேர்வுக் குழு இதழியலாளர்கள், எழுத்தாளர்கள், பேராசிரியர்கள் ஆகியோரைக் கொண்டதாக இருப்பதே சிறந்தது. அரசியல்வாதிகள் அவர்களுக்குத் தகுதியும் ஆற்றலும் உடைய இடங்களில் அமர்த்தப்படுவதே பொருத்தமானது.

ஊழலும் சிபாரிசுகளும் அரசியலுமே தேர்வைப் பெருமளவுக்குத் தீர்மானிக்கின்றன என்பதையும் வாசகரின் தேவைக்கோ, பகுத்தறிவிற்கோ, சித்தாந்தத்திற்கோ, பரவலான வாசிப்பிற்கோ இத்தேர்வுகளில் கொடுக்கப்படும் இடம் மட்டுப்பட்டது என்பதையும் தேர்வுசெய்யப்படும் நூல்களின், இதழ்களின் பட்டியல் வெள்ளிடைமலையாக அறிவிக்கிறது.

நூலகங்களில் வெகுஜன இதழ்கள் மட்டுமல்ல தீவிர இதழ்களும் தருவிக்கப்பட வேண்டும். காத்திரமான இதழ்களை வாசகர்கள் படிப்பதில்லை எனக் கொக்கரிப்பது அல்ல, மாறாகப் படிக்கத் தூண்டுவதே தமிழ்ப் பற்றாளர்களைக் கொண்ட அரசின் செயல்பாடாக இருக்க வேண்டும்.

நூல்கள் இன்று அரசு நிர்ணயிக்கும் விலையில் கொள்முதல் செய்யப்படுகின்றன. இவ்விலை நிர்ணயம் செய்யப்பட்டு சுமார் பத்தாண்டுகள் இருக்கும். அதன் பின்னர் காகிதத்தின் விலை எவ்வளவோ கூடிவிட்டது. நல்ல தயாரிப்பிற்கு நூலகத் துறையில் மரியாதை இல்லை. பக்கம் எண்ணி நூலின் விலையை நிர்ணயிப்பது எடைபோட்டு மதிப்பிடுவதைவிட மோசமானது. எடைபோடுவதில் நல்ல தாளுக்கு அதிக மதிப்பு உண்டு. பதிப்பின் தரத்தை முற்றாகப் புறக்கணிக்கும் இன்றைய முறைமை தமிழ்ப் பதிப்புச் சூழலைச் சீரழிக்கிறது. இதனால் நூலகங்களுக்காகவே நூல்களைத் தயாரிக்கும் ஒட்டுண்ணி வியாபாரிகள் பயன்பெறும் அளவுக்குத் தரமான பதிப்பாளர்களுக்குப் பயன் இல்லை.

நூலகங்களில் சிறந்த நூல்கள் வாங்கப்பட வேண்டும். அவை சீரிய வாசிப்பிற்கும் ஆய்விற்கும் பயன்படும். வெகுஜன நூல்கள் வாங்கப்பட வேண்டும். பொழுதுபோக்கிற்காக வாசிக்க இவை அவசியம் தேவை. இன்றைய நூலகங்களில் காணப்படும் 75 சதவீத நூல்கள் இவ்விரண்டிலும் சேரக்கூடியவை அல்ல. யாருக்காக, மக்கள் வரிப்பணத்தில் இவை வாங்கப்படுகின்றன என்பதை அம்பலப்படுத்த ஒரு விசாரணைக் கமிஷன் அமைக்க வேண்டும் என்று கோரத் தோன்றுகிறது. ஆனால், பின்னர் அந்த விசாரணைக் கமிஷனை யார் விசாரிப்பது?!

காலச்சுவடு, இதழ் 109, ஜனவரி 2009.

நேர்கொண்ட எதிர்வினை

'வாசகர் வட்டம்' லக்ஷ்மி கிருஷ்ணமூர்த்தி (1925 – 2009) அவர்கள் மரணமடைந்த அன்று (ஜூன் 12) சென்னையிலிருந்தேன். நேரில் சென்று அஞ்சலி செலுத்த வேண்டும் என்று தோன்றியது. தேவிபாரதியும் செல்லப்பாவும் நானும் சென்றிருந்தோம். தமிழின் முன்னோடிப் பதிப்பாளர். அற்புதமான பல நூல்களை வெளியிட்ட, பதிப்பாளர்–எழுத்தாளர் உறவுக்கு இலக்கணமாகத் திகழ்ந்த பதிப்பகம் 'வாசகர் வட்டம்'. எடிட்டிங், எழுத்தாளருடன் ஒப்பந்தம், சிறந்த மொழிபெயர்ப்புகள், நல்ல அச்சும் அமைப்பும், 'அக்கரை இலக்கியம்' போன்ற உலகத் தமிழ் அடையாளத்திற்கு வித்திட்ட நூல்கள் எனப் பல சிறப்புகள்.

'வாசகர் வட்டம்' வெளியிட்ட 'நடந்தாய் வாழி காவேரி' நான் பதின்களிலேயே படித்த புத்தகம். அந்த ஒரு நூலுக்கு மட்டும் காப்புரிமை 'வாசகர் வட்டம்' கையிலிருந்தது. பிற நூல்களுக்குக் காப்புரிமை எழுத்தாளருடையவை எனக் குறிப்பு வெளியிடும் நேர்மையும் 'வாசகர் வட்ட'த்திற்கு இருந்தது. 'காவேரி' நூலை மறுபிரசுரம் செய்ய வேண்டும் என்பது சில ஆண்டுகள் ஆசை. அதுவரை கேட்டவர்கள் அனைவருக்கும் அவர்கள் அனுமதி மறுத்துவிட்டார்கள் என்பது எனக்குத் தெரியும். எனவே அடுத்த முறை சு.ரா. சென்னை செல்லும்போது அழைத்துச் சென்று திருமதி லக்ஷ்மி கிருஷ்ணமூர்த்தியிடம் அனுமதிபெற வேண்டும் என்பது திட்டமாக இருந்தது. திட்டமிட்டு திட்டமிட்டுச் செயல்படுத்தாமல் முடங்கிக் கிடந்ததில்

பொறுமை இழந்து இரண்டாண்டுகளுக்கு முன்னர் எழுத்தாளர் சா. கந்தசாமியுடன் சென்று அவர்களைப் பார்த்தேன். மாலை நாலரைக்கு என்று நேரம் குறித்திருந்தோம். முன்வராந்தாவில் கணவர் கிருஷ்ணமூர்த்தியுடன் அமர்ந்திருந்தார் திருமதி லக்ஷ்மி.

அவரைப் பார்க்கும் முன்னரே சில விஷயங்களை ஊகித் திருந்தேன். அவர்களுக்குத் தமிழ்ப் பதிப்புலகத்தின் சமகாலச் செயல்பாடுகள் பற்றிய கவனம் இருக்க வாய்ப்பில்லை என்பது. நான் நினைத்தது போலவே *காலச்சுவடு* பெயர் அவர் மனதில் பதிந்திருந்தது *தி இந்து*வில் வந்த நூல் விமர்சனங்களின் வழிதான். இன்னொன்று 'நடந்தாய் வாழி காவேரி' நூலை அவர்கள் மறுபிரசுரம் செய்ய அனுமதி மறுத்து வருவதற்குக் காரணம் 'வாசகர் வட்டம்'போலக் கவனத்துடன் தரமாகப் பதிப்பிக்க யாரும் இல்லை என்ற அவர்கள் எண்ணம். எனவே கைவசம் காலச்சுவடு வெளியிட்ட 'சித்திர பாரதி' ஒரு பிரதி வைத்திருந்தேன்.

சா.க. நாங்கள் வந்த நோக்கத்தைச் சொன்னார். திருமதி லக்ஷ்மி அவர்தான் முடிவுசெய்ய வேண்டும் என்று கிருஷ்ண மூர்த்தி அவர்களைச் சுட்டிக்காட்டினார். அவர் மௌனமாக இருந்தார். நான் 'சித்திர பாரதி' நூலை எடுத்து நீட்டினேன். மெதுவாகப் புரட்டிப் பார்த்த பின்னரும் அவர் மௌனம் கலையவில்லை. சா.க. சில செய்திகளை எடுத்துச் சொல்லிக் கொண்டிருந்தார். மறுத்துவிடுவாரோ என்ற அச்சம் எனக்கு ஏற்பட்டது. 'குடுங்கோ! சுந்தர ராமசாமி பையனுக்கு அந்த கௌரவம் கிடைக்கட்டுமே!' என்று அழுத்தமாகச் சொன்னார் லக்ஷ்மி அவர்கள். 'சரி' என்றார் திரு. கிருஷ்ணமூர்த்தி மென்மையாக.

'வாசகர் வட்டம் பற்றிய தகவல்கள் கிடைக்குமா?' என்று கேட்டேன். எழுந்து ஒரு பறவையைப் போலத் தத்தித் தத்தி ஆனால் வேகமாக நடக்கத் துவங்கினார் திருமதி லக்ஷ்மி. வீட்டிற்குள்ளே என்னை அழைத்துச் சென்று 'வாசகர் வட்டம்' பற்றிய சிறு அறிமுக அறிக்கை ஒன்றைக் கொடுத்தார். அது ஆங்கிலத்தில் இருந்தது. அவரது உரையாடலும் தமிழிலும் ஆங்கிலத்திலுமாக இருந்தது.

"1967இல் காமராஜர் தேர்தல் பிரச்சாரத்திற்கு நாகர்கோவில் வந்தபோது 'சுந்தர விலாச'த்திற்கு வந்திருக்கேன். தோசையும் தொட்டுக்க தேனும் கிடைக்குமே! சரிதானா?" என்றார்.

"என்னுடைய தந்தையார் (காங்கிரஸ் தலைவர் எஸ். சத்திய மூர்த்தி) என்னை ஒரு மகனைப்போல வளர்த்தார். பயம்

என்பதே தெரியாமல். 13 வயதில் குதிரையேற்றம் பயின்றேன்” என்றார் ஆங்கிலத்தில். பின்னர் *“I am out of touch with the outside world, I am now confined to the limitations of my existence”* என்றது சங்கடம் தருவதாக இருந்தது.

அடுத்த ஆண்டும் மீண்டும் சா.க.வுடன் ‘நடந்தாய் வாழி காவேரி’ காலச்சுவடு பதிப்பை எடுத்துச் சென்றேன். அவர்களுக்குப் பூரண நிறைவு. எனக்குள் இருந்த பெரும் பதற்றம் தணிந்து ஆசுவாசம் அடைந்தேன்.

மூன்றாவது முறையாக அந்த வீட்டிற்கு அஞ்சலி செலுத்தச் சென்றபோது வாசலிலேயே கிருஷ்ணமூர்த்தி அவர்கள் நின்று கொண்டிருந்தார். 94 வயது. என்னை அறிமுகப்படுத்திக்கொள்ள முயன்றேன். ‘தெரியும்’ என்றதும் வெட்கமாக இருந்தது. ஒவ்வொரு முறை புதிய நண்பர்களை மீண்டும் பார்க்கும்போது பேந்தப் பேந்த முழிப்பது என் வழக்கம்.

‘வாசகர் வட்டம்’ காங்கிரஸ் மனோபாவமும் தமிழ்ப் பற்றும் கொண்ட பிராமணர்களை உள்ளடக்கிய வட்டமாக இருந்திருக்க வேண்டும். திமுகவின் எழுச்சிக்கும் பிராமணர்கள் தமிழ்ப் பற்று இல்லாதவர்கள் என்று அதனுடன் எழுந்த குற்றச்சாட்டிற்கும் விழிப்புணர்வு கொண்ட ஒரு சபையின் நேர்கொண்ட எதிர்வினை என ‘வாசகர் வட்ட’த்தைப் பார்க்கலாம். தமிழ்ப் பண்பாட்டிலுள்ள முரண்பாடுகளும் எதிர்வினைகளும் இதைப் போல ஆழமான பங்களிப்பை முன்வைப்பவையாக இருக்கும்போது பண்பாடு வளம் பெறுகிறது; வக்கிரமானவையாக வெளிப்படும்போது சீரழிகிறது.

“முற்றிலும் எதிர்பாராத மரணம்” என்றார் திரு. கிருஷ்ண மூர்த்தி. அவரது சுயகட்டுப்பாட்டையும் மீறி கண் கலங்கிக் கொண்டேயிருந்தது. 83 வயதுவரை வாழ்ந்த லக்ஷ்மி அவர்கள் நிறைவாழ்வு வாழ்ந்திருப்பதாக நமக்குத் தோன்றலாம். ஆனால் மரணம் எப்போதுமே நெருக்கமானவர்களுக்கு எதிர்பார்த்த ஒன்றாக இருப்பதில்லை போலும். கிட்டத்தட்ட எழுபது ஆண்டு காலத் துணைவியை இழப்பது எப்படி இருக்கும் என்பதை நினைத்துப்பார்க்க முடியவில்லை.

காலச்சுவடு இதழ் 116, ஆகஸ்டு 2009

மாற்றுப் பதிப்பகம்

மாற்று என்ற சொல் ஆங்கிலத்தின் *Alternative* என்பதன் தமிழாக்கம்; பிரதானமான போக்கிற்கு மாற்று என்பது பொருள். தமிழில் இன்றைய காலகட்டத்தில் பிரதானமான போக்கு அல்லது மையப்போக்கு என்பது லாப நோக்கம் கொண்டது. லாப நோக்கம் கொள்வது பிழை அல்ல. லாபம் வளர்ச்சிக்குத் தேவையானது. லாபம் இன்றி எழுத்தாளருக்குக் காப்புரிமை வழங்க முடியாது. ஆனால் மையப்போக்கு லாப நோக்கத்தை மட்டுமே கொண்டது. பண்பாடு விளைச்சல் பற்றி அது கவலைகொள்வதில்லை. மொழி பற்றிய அக்கறை அதற்கு இல்லை. மதிப்பீடுகள் இல்லை. செயல்பாட்டில் செம்மை இருப்பதில்லை. தயாரிப்பில் கவனம் இருப்பதில்லை. உலகப் பதிப்பகச் சூழல் பற்றிய விழிப்புணர்வு அதனிடம் இல்லை.

தமிழ் வாசகர் பற்றிய இந்த மையப்போக்கின் கணிப்பு மட்டமானது. வாசகருக்குப் பிழையான மொழி பற்றிய அக்கறை இல்லை என்பது அதன் கணிப்பு. மோசமான தயாரிப்பு போதுமானது, மொழிபெயர்க்கும்போது பிழை மலிந்திருப்பினும் குற்றமில்லை எனப் பல அனுமானங்கள். வணிகப் போக்கின் அக்கறையின்மைக்கு வணிகக் காரணமும் உண்டு. ஒரு நூலின்மீது கொள்ளும் அதிகப்படியான கவனம் செலவுகளை ஏற்படுத்தி லாபத்தின் விகிதத்தைக் குறைத்துவிடும். மேலும் நூல்களின் தயாரிப்பு வேகத்தைக் குறைத்து, ஆண்டின் மொத்த உற்பத்தியை அது மட்டுப்படுத்திவிடும்.

மாற்றுப் பதிப்பகத்திற்குப் பல பண்புகள் அவசியமானவை. எழுத்தாளனுக்கு மரியாதை. அவனுடைய உழைப்பிற்கு மரியாதை. அவனுடைய படைப்பாற்றலுக்கு மரியாதை. மொழி பற்றிய ஆழ்ந்த அக்கறை. தமிழகப் பதிப்பகச் சூழலின் இன்மைகள் பற்றிய கவலை. அதை நிறைசெய்வது பற்றிய கவனம், ஆர்வம். மாற்றுப் பதிப்பாளருக்குப் புத்தகம் ஒரு பண்டம் அல்ல. அச்சடித்த பக்கங்களின் தொகுப்பு அல்ல. ஒவ்வொரு நூலும் ஒரு படைப்பு. இந்தப் படைப்பின் உருவாக்கம் பற்றி உங்களுடன் பகிர்ந்துகொள்ளலாம் என்று நினைக்கிறேன்.

அதற்கு முன்னர் என்னுடைய பார்வையில் தமிழ்ச் சூழலில் எது மாற்றுப் பதிப்பகம் என்பதைப் பகிர்ந்துகொள்ள வேண்டும். மாற்றுப் பதிப்பகத்தின் மதிப்பீடுகளாக இருக்க வேண்டியவை . . .

1. மாற்றுப் பதிப்பகம் எழுத்தாளனிடம் பண உதவி பெற்று நூல் வெளியிடக் கூடாது. இரண்டு காரணங்கள். ஒன்று: மாற்றுப் பதிப்பகத்தின் நோக்கம் தமிழ்ப் பண்பாட்டிற்குப் பங்களிப்பது. தமிழ் இலக்கியப் பண்பாடு மேன்மைபெற முதல் தேவை தம் எழுத்தை நம்பி வரும் எழுத்தாளர்கள் உருவாகுதல். எழுத்தாளனைச் சுரண்டி நூல் வெளியிடுவது இதற்கு நேர்மாறானது. இரண்டு: மாற்றுப் பதிப்பகத்திற்குத் தான் வெளியிட விரும்பும் நூல் பற்றிய கறாரான பார்வை தேவை. தமிழ்ப் பண்பாட்டில் தான் ஏற்படுத்த விரும்பும் தாக்கம் என்ன என்ற அடிப்படையில் அந்தப் பார்வை அமைய வேண்டும். பணம் வாங்கி நூல் வெளியிடும்போது இந்தப் பார்வையைச் செயல்படுத்த முடியாது.
2. மாற்றுப் பதிப்பகம் வெகுஜனப் பண்பாட்டு நுகர்வுக்கான நூல்களை வெளியிடுவதாக அமையக் கூடாது. இந்தப் பார்வை வெகுஜனப் பண்பாடு பற்றிய அசூயையிலிருந்து பிறப்பது அல்ல. தமிழின் மையப்போக்கு என்பது வெகுஜன நுகர்வுக்கான நூல்களை வெளியிடுவதுதான். அந்தப் போக்கோடு போட்டியிடுவது மாற்றுப் பதிப்பகத்தின் பணி அல்ல. இதன் பொருள் மாற்றுப் பதிப்பகத்திற்கு மையப்போக்கோடு உறவு இல்லை என்பதும் அல்ல. எந்த ஒரு மாற்றுச் செயல்பாடும் வெற்றிகரமான சூத்திரமாகும்போது மையப்போக்கால் அபகரித்துக்கொள்ளப்படும். மையப் பண்பாட்டின் மீது தாக்கத்தை ஏற்படுத்துவது மாற்றுப் பண்பாட்டின் வெற்றி. வெகுஜனப் பயன்பாட்டிற்கான நூல்களை வெளியிடுவதன் வழி அந்தத் தாக்கத்தை ஏற்படுத்த

முடியாது. பின்நவீனத்துவத்தின் வருகைக்குப் பிறகு தமிழ்ச் சூழலில் ஏற்பட்டிருக்கும் வெகுஜனப் பண்பாடு பற்றிய மயக்கங்கள் மாற்றுப் பதிப்பாளருக்குத் தேவையில்லை. வெகுஜனப் பண்பாட்டையும் நசிவுப் பண்பாட்டையும் பிரித்துப் பார்க்க வேண்டியது மிக அவசியம்.

3. மாற்றுப் பதிப்பகத்தின் தேர்வுகளில் ஒரு பார்வை வெளிப்பட வேண்டும். அந்தத் தேர்வுகள் எவ்வளவு பரந்துபட்டவையாக, பன்முகப்பட்டவையாக இருப்பினும், அதன் புத்தகப் பட்டியலில் ஒரு இசைவு வெளிப்பட வேண்டும். முன்னர் அரசு கால்நடை மருத்துவமனையில் ஒரு களம் இருக்கும். மாடுகளைக் கட்டிப்போட ஒரு பக்கம் மட்டும் திறந்திருக்கும் ஒரு கம்பிக்கூண்டு இருக்கும். பொலிவுடைய காளைகள் இருக்கும். மாடுகளைச் சினைப்படுத்த விரும்புகிறவர்கள் குறிப்பிட்ட தொகையை அடைத்துவிட்டால், ஏதேனும் ஒரு காளை கட்டவிழ்க்கப்படும், மேளம் கொட்டப்படும், புணர்ச்சி கைகூடிவிடும். மாற்றுப் பதிப்பாளருக்கும் எழுத்தாளருக்குமான உறவு இத்தகையதாக இருக்க முடியாது.

4. மாற்றுப் பதிப்பகத்தின் வழி புதிய எழுத்து, புதிய கருத்து, புதிய கலை, புதிய எழுத்தாளர் ஆகியவை வெளிப்பட வேண்டும்.

5. மாற்றுப் பதிப்பகத்தின் செயல்பாடுகளிலிருந்து மதிப்பீடுகளைப் பிரிக்க முடியாது. வாசகரை ஏமாற்றும் எந்தச் செயல்பாட்டையும் அவர்கள் மேற்கொள்ளலாகாது. வாசகரை ஏமாற்றும் அறிவிப்புகள் மாற்றுப் பதிப்பகத்தின் லட்சணம் அல்ல. எழுத்தாளருக்கு மாற்றுப் பதிப்பகம் அளிக்கும் மரியாதை அவருடைய படைப்பாற்றல், சிந்தனை வளம் சார்ந்தது. அவர் கொண்டுவந்து குவிக்க இருக்கும் வசூலின் அடிப்படையிலானது அல்ல. எழுத்தாளருக்குக் காப்புரிமை அளிப்பது என்பது மாற்றுப் பதிப்பகத்தின் அடிப்படைகளில் ஒன்றாக இருக்க வேண்டும்.

6. மாற்றுப் பதிப்பகம் காப்புரிமையை மட்டுமல்ல எழுத்தாளரின் அறிவுடைமையையும் மதிக்க வேண்டும். வெகுஜனப் பண்பாட்டில் வெளிவரும் பெரும்பான்மையான நூல்கள் அறிவுடைமை மீறலின் வழி உருவாக்கப்படுபவை. சுயமான ஆய்வு, சுய அனுபவம், சுயசிந்தனை ஆகியவற்றை வளர்த்தெடுப்பது,

ஊக்குவிப்பது பற்றிய எந்தக் கடப்பாடும் இன்றி அதிகமும் ஆங்கில நூல்களிலிருந்து உருவப்பட்ட செய்திகளிலிருந்தே அதிகமும் தயாரிக்கப்படுபவை. ஒரு நூலை அப்படியே நகல் செய்வதுதான் தமிழில் திருட்டாகப் பார்க்கப்படுகிறது. பல மூலங்களிலிருந்து திருடி உருவாக்கப்படுபவற்றைத் திருட்டாக நிறுவுவது கடினம். இணையத்தின் வருகை இத்தகைய நூல் பண்ட உற்பத்தியைத் துரிதப்படுத்தியிருக்கிறது. மாற்றுப் பதிப்பகங்கள் இந்தப் போக்கை முற்றாகப் புறமொதுக்க வேண்டும். 'டவுன்லோட்' இலக்கியத்தையும் 'டவுன் லோட்' எழுத்தாளர்களையும் அண்டவிடாத உறுதிப்பாடு அவற்றிடம் இருக்க வேண்டும்.

ஒரு நூலின் படைப்பாக்கம் பற்றிப் பேசும்போது 'காலச்சுவ'டின் இன்றைய தரம் மனநிறைவு தருவதாக இல்லை என்பதை முதலில் குறிப்பிட வேண்டும். மனத்தில் உருவாகும் எண்ணங்களைச் செயல்படுத்த பொருளாதாரத் தட்டுப்பாடும் மனிதவளத் தட்டுப்பாடும் தடையாக உள்ளன. பிரசுரிக்கப்படும் ஒவ்வொரு நூலும் ஒரு படைப்பாக வெளிவர வேண்டும் என்ற ஆசை அவ்வப்போதுதான் கைகூடுகிறது. இந்தச் சுயமதிப் பீட்டுடன் காலச்சுவடில் நூல்கள் உருவாக்கம் பெறும் நிலைகளைப் பார்க்கலாம்.

1. நூல்படிகள் இரண்டு விதங்களில் கிடைக்கப்பெறுகின்றன. கேட்டு வாங்குவது, அனுப்பப்படுவது. அனுப்பப்படும் நூல்கள் அவற்றின் பொருள் சார்ந்து காலச்சுவடின் தேர்வுக் குழுவின் பார்வைக்கு அனுப்பப்படுகின்றன. தேர்வுக்குழு என்று இறுக்கமான வட்டம் எதுவும் இல்லை. நூல் பொருளும் சந்தர்ப்பமுமே தேர்வாளர்களைத் தீர்மானிக்கின்றன. பொதுவாக விருப்பு வெறுப்பு மனோபாவம் உள்ளவர்களைத் தவிர்த்து, பரந்துபட்ட பார்வையும் நிதானமான போக்கும் கொண்டவர்களுக்கே நூல் படிகள் அனுப்பப்படுகின்றன. பல சமயங்களில் இரு தேர்வாளர்களின் கருத்துகள் வேண்டப்படுவதும் உண்டு.

2. தேர்வுபெற்ற நூல் கணினியில் ஏற்றப்படுகிறது. கைப்படியுடன் ஒப்பிட்டுப் பார்க்கப்பட்ட பிறகு முதல் மெய்ப்பு எடுக்கப்படுகிறது. இந்தக் கட்டத்தில் நூல் மெய்ப்பு மட்டும் பார்க்கப்பட்டால் போதுமா அல்லது எடிட் செய்யப்பட வேண்டுமா என்பதைத் தீர்மானிக்க வேண்டும். மொழிநடை சார்ந்தும் உள்ளடக்கம் சார்ந்தும்

ஒரு நூலுக்கு எடிட்டிங் தேவைப்படலாம். அந்தத் தேவையை எழுத்தாளர்களுடன் கலந்தாலோசித்து, இணைந்து பூர்த்திசெய்வது முக்கியம். பல சமயங்களில் எடிட்டிங் பணிக்குத் தயக்கத்துடன் சம்மதிக்கும் எழுத்தாளர்கள் இணைந்து செயல்படத் தொடங்கியதும் உற்சாகமடைவதுண்டு. எடிட்டிங் தேவைப்படும் ஒரு பிரதி எடிட் செய்யப்படுவதை எழுத்தாளர்கள் மறுத்தால் பதிப்பாளர் அதைப் பிரசுரிக்க மறுக்கலாம். ஆனால் எழுத்தாளரை மீறி எடிட் செய்யக் கூடாது.

3. *காலச்சுவடு எடிட்டர்களை எவ்வாறு தேர்வு செய்கிறது?* காலச்சுவடின் எடிட்டர்கள் தமிழில் புலமை கொண்டவர்களாக மட்டும் இருப்பதில்லை. நவீனத் தமிழிலக்கியப் பரிச்சயமும் 20ஆம் நூற்றாண்டின் இலக்கியப் பிரதிகளின் வழி உருவாகிவந்திருக்கும் நவீன இலக்கிய மொழி பற்றிய விழிப்புணர்வும் அவர்களுக்கு இருக்க வேண்டும். தமிழ் இலக்கணம், நடை ஆகியவற்றின் முக்கியத்துவத்தைக் *காலச்சுவடு* குறைத்து மதிப்பிடுவதில்லை. ஆனால் எடிட்டரின் பணி 'இலக்கணம்' என்ற புனித தேவதைக்குப் பணிவிடை செய்வதல்ல. பிரதியை வாசகரின் வாசிப்புக்கு ஏற்றதாகத் துலக்கம்பெறச் செய்வதுதான். பிரதியின் உள்கட்டுமானத்திற்கு ஏற்ப இலக்கண விதிகளின் நெகிழ்ச்சியை அது வேண்டும்போது அத்தேவையை உணர்ந்துகொள்ளும் ஆற்றல் எடிட்டருக்கு வேண்டும். இலக்கணத்திற்காகப் பிரதியைச் சிதைக்கலாகாது. நவீனக் கவிதையை அறியாத எடிட்டருடன் கவிஞரும், புனைவு மொழியை அறியாத எடிட்டருடன் படைப்பாளியும், நவீனச் சிந்தனையோடு பரிச்சயமற்ற எடிட்டருடன் கட்டுரையாளரும் பணியாற்ற முடியாது. எடிட்டர்களின் தேர்வு படைப்பை முன்னிறுத்திச் செய்யப்பட வேண்டும். படைப்பை மட்டுமல்ல, படைப்பாளியை முன்னிறுத்தியும் மேற்கொள்ளப்பட வேண்டும். எழுத்தாளருக்கும் எடிட்டருக்கும் சரியான ஒத்திசைவு இல்லையெனில் எடிட்டிங் பணி துலக்கம் பெறாது.

4. *எடிட்டிங் மூலம் காலச்சுவடு அடைந்த பயன் என்ன?* எடிட்டிங் பணியில் முதல் பயன் பெறுவது எழுத்தாளர். அவர் படைப்பு எடிட்டிங் வழி துலக்கம் பெறுகிறது. வாசகருடன் அவர் உறவு வலுப்பெறுகிறது. வாசகனும் பயன்பெறுகிறான். அவருடைய வாசிப்புக்கு எடிட்டிங் ஒத்திசைவை ஏற்படுத்துகிறது. பிரதிக்கும் அவருக்கும்

நெருக்கத்தைக் கூட்டுகிறது. எடிட்டிங் வழி மொழியும் பயன்பெறுகிறது. அதில் கலக்கும் மாசு குறைகிறது. நடை கூர்மைப்படுகிறது. பதிப்பகமும் பயன்பெறுகிறது. முதலில் நன்றாக எடிட் செய்யப்பட்ட பிரதி ஏற்படுத்தும் மன நிறைவு. இரண்டாவதாக எழுத்தாளருக்கும் பதிப்பகத்திற்குமான உறவு வலுப்பெறுகிறது. ஒருமுறை எடிட்டிங்கின் சிறப்பை ருசித்துவிட்ட எழுத்தாளர் அதை மறப்பதில்லை, மறுப்பதுமில்லை.

எடிட்டிங் தமிழில் மாற்றுப் பதிப்பக அடையாளங்களில் ஒன்றாக வேண்டும். வணிகச் சூழல் தமிழ்ப் பண்பாட்டைப் பார்த்துக் கேட்கும் ஒரே கேள்வி: நாய் விற்ற காசு குரைக்குமோ என்பதுதான். நாய் விற்ற காசைக் குரைக்கத் தூண்டுவதுதான் மாற்றுப் பதிப்பகத்தின் பணி. தமிழ்ப் புத்தகப் பண்பாட்டில் ஆழமான தாக்கத்தை ஏற்படுத்துவதே மாற்றுப் பதிப்பகத்தின் தொலைநோக்காக இருக்க வேண்டும்.

(31.08.2008 அன்று அசிசி ஆஸ்ரமம், பாம்பன்விளையில், காலச்சுவடு அறக்கட்டளை நடத்திய சுந்தர ராமசாமி நினைவு எடிட்டிங் பயிலரங்க உரையின் கட்டுரை வடிவம்.)

இதழ் 107, நவம்பர் 2008

இரண்டாம் வருகை

என் முதல் மகன் சாரங்கன் பிறந்தது 1994 ஏப்ரலில். கர்ப்பமாகி மைதிலி சென்னைக்குச் சென்றிருந்த காலத்தில் நான் கருத்தரித்த குழந்தை புதிய காலச்சுவடு. இன்றுவரை குடும்பம், வியாபாரம் மற்றும் உறவுகளைத் தாண்டிய முதல் ஆர்வமாக அதுவே இருந்துவருகிறது. குழந்தைப் பிறப்பின், வளர்ப்பின் வலிகளையும் பூரிப்புகளையும்விடக் குறைந்ததாக இது எனக்குத் தோன்றவில்லை.

காலச்சுவடு இதழை சுந்தர ராமசாமி 1988இல் தொடங்கியபோது நான் பெங்களூரில் படித்துக் கொண்டிருந்தேன். விடுமுறைக்கு ஊர்வரும் போது அப்பாவும் நண்பர் தி.அ. சீனிவாசனும் திட்டங்களையும் படைப்பு களையும் விவாதிப்பதைக் கவனித்திருக்கிறேன் என்றாலும் அதிகம் கலந்துகொண்டதில்லை. முதல் இதழ் என் பெங்களூர் முகவரிக்கு வந்தது. பின்னர் எட்டு இதழ்களையும் படித்துவிட்டு, சந்தித்தபோது அப்பாவுடன் விவாதித்தது நினைவிருக்கிறது. காலச்சுவடுக்கு வரும் பெரும்பான்மையான படைப்புகளைச் சீனிவாசன் முதலில் படித்துப் பார்த்துவிட்டுத் தன் கருத்துகளை சுரா.விடம் பகிர்ந்துகொள்வதுண்டு. படைப்புகளைச் செப்பனிடுவதிலும் அச்சாக்கத்திலும் எம்.எஸ். அவர்களும் சீனிவாசனும் அவருக்கு உதவினார்கள். படிப்பை முடித்துவிட்டு நான் ஊர் திரும்புவதற்குள் இதழ் நின்றுவிட்டது.

காலச்சுவடு ஆண்டு மலர் எதையும் கொண்டுவரும் எண்ணம் சு.ரா.வுக்கு அப்போது இருக்கவில்லை. ஆனால் *காலச்சுவடு* கணக்கு விஷயத்தில் அவர் கவனக்குறைவாக இருந்தார். காலச்சுவடுக்கு வரும் சந்தாவையும் விற்பனைத் தொகையையும் அதன் கணக்கில் செலுத்திக்கொண்டிருந்தார். ஆனால், இதழ் தயாரிப்புக்குக் கணக்கின்றிக் கைப்பணத்திலிருந்து செலவழித்துக் கொண்டிருந்தார். *காலச்சுவடு* நின்றபோது, முழுவரவுத் தொகையும் கணக்கில் சேமிக்கப்பட்டிருந்தது. இது சிக்கலை ஏற்படுத்தியது.

ஆண்டு மலர் ஒன்றை வெளியிட்டுக் கணக்கை நேர்செய்துவிடலாம் என்று சு.ரா. முடிவுசெய்தார்.

அப்போது நான் ஊர் திரும்பித் துணிக்கடையில் மும்முரமாக இயங்கிக்கொண்டிருந்தேன். சு.ரா.வின் இலக்கிய ஆர்வமும் வியாபார நாட்டமின்மையும் நிறுவனத்தில் பல பிரச்சினைகளை ஏற்படுத்தியிருந்தன. அவை முற்றிய நிலையில் நான் வந்து சேர்ந்தேன். இச்சிக்கல்களுக்கு ஈடுகொடுத்துக்கொண்டே மலர் தயாரிப்பில் சு.ரா. ஈடுபட்டார். அதில் நானும் பங்களித்தேன். தொடர்ந்து அவருடன் மலரின் உள்ளடக்கம் பற்றி விவாதித்தேன். தயாரிப்புப் பணியிலும் உதவினேன். இந்த அனுபவம் ஒரு இதழை நடத்த வேண்டும் என்ற என் நீண்ட நாள் ஆர்வம் உறுதிபடத் துணைநின்றது.

நான் கல்லூரிப் படிப்பை முடித்துவிட்டுத் திரும்பியபோது என்மீது நம்பிக்கை கொள்ள எந்தக் காரணமும் எனக்கோ பிறருக்கோ இருந்திருக்க நியாயமில்லை. எப்போதுமே நான் மிக நல்ல மாணவனாக இருந்ததில்லை. எதையும் சாதித்ததுமில்லை. வாழ்வியல் சார்ந்த தன்னம்பிக்கையின்மையும் கொஞ்சம் சுயபச்சாதாபமும். சுமார் பத்து வயதிலிருந்து ஆரம்பித்த வாசிப்புப் பழக்கம் வேறொரு தளத்தில் தன்னம்பிக்கை தருவதாக இருந்தது. இந்த மனநிலையில்தான் துணிக்கடையில் பணியாற்றத் தொடங்கினேன். நிறுவனத்திலும் அப்போது குடும்பத்திலும் இருந்த பல நெருக்கடிகளையும் தாண்டி மூன்று ஆண்டுகளில் வியாபாரத்தை மூன்று மடங்காக உயர்த்த முடிந்தது.

என் இதழியல் கனவுகள் மீண்டும் துளிர்விட்டன. இந்த என் கனவு இதழுக்கும் முந்தைய *காலச்சுவடுக்கும்* என் மனநிலையில் தொடர்ச்சியெதுவும் இல்லை. சு.ரா.வின் காலச்சுவடு பற்றி எனக்கு உயர்வான மதிப்பீடே இருந்தது என்றபோதிலும் அது என்னுடைய முன்னோடி இதழ் அல்ல. அப்போது பல முக்கியமான சிற்றிதழ்த் தொகுதிகளைப் புரட்டிப் பார்த்திருந்தாலும் அவற்றின் நீட்சியாகச் *காலச்சுவடை* யோசிக்கவில்லை. உலக ஆங்கில

இதழியலுடன் எனக்கிருந்த பரிச்சயமும் தமிழ்ச் சிற்றிதழ் இயக்கத்தின் ஆரோக்கியமான அம்சங்களும் இணைந்து ஒரு பார்வையை மனத்தில் உருவாக்கியிருந்தன. 1991இல் அரவிந்தனுடனும் 93இல் மணிவண்ணனுடனும் பழக்கம் ஏற்பட்டது. தேவிபாரதியையும் மனுஷ்ய புத்திரனையும் முதலில் சந்தித்ததும் 1993இலாகத்தான் இருக்க வேண்டும். அந்த வருடம் நடைபெற்ற குற்றாலம் பட்டறைக்குச் சென்றேன். யாருடன் சென்றேன் என்பது நினைவில் இல்லை. புதிய கோட்பாடுகளை முகாந்திரமாகக் கொண்டு அங்கு நடந்த அராஜகங்கள் என்னை ஆழமாகப் பாதித்தன. சிற்றிதழ் இயக்கம் பெரும் தேக்க நிலையிலிருந்தது. *சுபமங்களா* ஒரு நடுத்தர இதழாக முக்கியத்துவம் பெற்று வெளிவந்துகொண்டிருந்தது. கோமல் சுவாமிநாதன் அவர்களின் பரந்துபட்ட பார்வையும் இடதுசாரித் தொடர்பும் *சுபமங்களா*வை ஒரு பொதுக்களமாக மாற்றியிருந்தன. குறிப்பாக அதன் நேர்காணல்கள் பல தீவிரமான எழுத்தாளுமைகள் வாசகருக்கு அறிமுகமாகக் காரணமாயின. பல முக்கியமான விவாதங்களும் அதில் இடம்பெற்றிருந்தன.

தம்மைச் சுயமாக வளர்த்துக்கொண்டு ஒரு நிலையை அடைந்தவர்களுக்கு *சுபமங்களா* இடமளித்தது. எல்லா அதிகார மையங்களுக்கும் உரிய கௌரவம் அளித்ததன் வழி அது ஒரு பண்பாட்டு மையமாயிற்று. எல்லாருக்கும் ஒரு நாற்காலி தந்துவிட்டால் மனநிறைவடைந்துவிடுவார்கள் என்ற உறுதிப்பாடு கோமல் சுவாமிநாதனுக்கு இருந்தது. நம் எழுத்தாளர்கள் அந்த நம்பிக்கையை இறுதிவரை காப்பாற்றிவந்தனர். *சுபமங்களா* வழி உருவான எழுத்தாளர்கள் யார் என்ற கேள்வியை எழுப்பிக்கொண்டால்தான் *சுபமங்களா* பற்றிய முழுமையான மதிப்பீட்டை வந்தடைய முடியும்.

இந்தப் பின்னணியில் இருப்பு நிலையைக் கேள்விக்குள்ளாக்கும் ஒரு புதிய களத்திற்கான தேவையை நான் உணர்ந்தேன். *காலச்சுவடை* மீண்டும் நடத்துவது பற்றி அப்பாவிடம் பேசினேன். நான் இதழைத் தொடங்குவதில் அவருக்கு விருப்பம் இல்லை. ஆனால், அதை அவர் தடை செய்யவும் இல்லை. காலச்சுவடை என் பெயருக்கு மாற்றிக்கொடுத்தார். நண்பர்களோடு இணைந்து செயல்படும்போது காலப்போக்கில் சில நட்புகளை இழக்க வேண்டிவரும் என்றும் என்னை எச்சரித்தார்.

ஒரு இதழை என்னால் நடத்த முடியுமா என்ற சந்தேகம் அவருக்கு இருந்திருந்தால் அது மிக நியாயமானதுதான். நான் தமிழைப் பத்தாம் வகுப்புவரை மட்டுமே படித்திருந்தேன். தமிழ் நிச்சயமாக என் விருப்பப் பாடமாக இருக்கவில்லை.

சகித்துக்கொள்ள முடியாத பாடத்திட்டத்தையே அதற்குப் பழி சொல்ல வேண்டும். (இன்று 30 ஆண்டுகளுக்குப் பிறகும் அதே சகிக்க முடியாத பாடத்திட்டத்தில் என் மகன் தமிழைக் கற்றுவருகிறான்.) வெளியூரில் படித்த காலத்தில் வீட்டுக்கு எழுதிய கடிதங்கள் ஆங்கிலத்திலேயே இருந்தன. தமிழ் இலக்கணம் அன்றும் இன்றும் சுத்தமாகத் தெரியாது. இருப்பினும் வாசிப்புவழி தமிழ் மொழி பற்றிய உள்ளுணர்வு உருவாகியிருந்தது.

புதிய *காலச்சுவடி*ன் முதல் இதழ் வெளிவந்ததும் சு.ரா.வின் அவநம்பிக்கை நீங்கியது என்று நினைக்கிறேன். இதழின் உள்ளடக்கத் தேர்வில் அவர் இறுதிவரை தலையிட்டதில்லை. ஆனால், இதழைப் படித்துவிட்டுத் தன் கருத்துகளைப் பகிர்ந்துகொள்வார். யோசனைகளையும் பகிர்ந்துகொள்வார். தன் படைப்புகளை மிகுந்த தயக்கத்துடனேயே *காலச்சுவடு*க்கு கொடுத்துவந்தார். ஒவ்வொரு படைப்புடனும் அப்போதைய நிர்வாக ஆசிரியருக்குக் கடிதத்தை இணைத்து அனுப்புவார். மிகச் சிறந்ததாக இருந்தால் மட்டும் தன்னுடைய படைப்பைப் பிரசுரிக்க வேண்டும் என்றும் இல்லையெனில் நிராகரிக்கத் தயங்க வேண்டாம் என்றும் எழுதுவார். அவர் அனுப்பிய எட்டுச் சிறுகதைகள் காலச்சுவடில் பிரசுரிக்கப்படவில்லை என்பது என் நினைவு. இதை இரண்டு காரணங்களுக்காகக் குறிப்பிட வேண்டியுள்ளது. சில படைப்பாளிகள் தங்கள் படைப்புகள் நிராகரிக்கப்படும்போது, எவ்வளவு அநாகரிகமாக நடந்துகொள்கிறார்கள் என்ற என் பட்டறிவு. இரண்டு, சு.ரா. அளித்த சுதந்திரத்தைக் *காலச்சுவடி*ல் துணிச்சலோடு பயன்படுத்தியவர்கள் பின்னர் நட்சத்திர எழுத்தாளர்களுக்கு எடுபிடிபோல் செயல்பட்ட வரலாறு. சுதந்திரம் என்பது எங்கு அளிக்கப்படுகிறதோ அங்கு மட்டும் அனுபவிப்பதல்ல; எங்கு மறுக்கப்படுகிறதோ அங்கே உரிமையுடன் கோரப்படுவதுமாகும்.

சுந்தர ராமசாமியின் நண்பர்கள், அவருடைய தன்னார்வ சிஷ்யர்கள், என்னுடைய சிற்றிதழ் இலக்கிய உலக நண்பர்கள் யாரையும் காலச்சுவடு இதழ்க் குழுவில் சேர்ப்பதில்லை என்பதை முதலில் முடிவு செய்தேன். மணிவண்ணன் இடதுசாரிப் பின்னணி கொண்டவர். சிற்றிதழ்ச் சூழலுடன் அப்போது (1993இல்) பெரிய தொடர்பு இல்லாதவர். நாங்கள் இருவரும் பேசியதில் மூன்றாவதாக மனுஷ்ய புத்திரனை அழைக்கலாம் என்ற முடிவு செய்தோம். அப்போது மனுஷ்ய புத்திரனை நான் ஓரிருமுறை மட்டுமே சந்தித்திருந்தேன். அவரும் வேறு தளத்திலிருந்து இலக்கியத்திற்கு வந்தவர். அப்போது சிற்றிதழ் இயக்கத்தோடு அதிகத் தொடர்பற்றிருந்தவர். இலக்கியம்/சிந்தனை சார்ந்து இங்கு உருவாகியிருந்த மதிப்பீடுகள் மாறுபட்ட பின்னணி கொண்ட

குழுவின் மதிப்பீட்டிற்கு உள்ளாக வேண்டும் என்று நினைத்தேன். சிற்றிதழ்களின் மாதிரியாகக் காலச்சுவடு உருவாவதை நான் விரும்பவில்லை. ஆயிரம் பிரதிகள் அச்சிட்ட காலத்திலும் அதைச் சிற்றிதழாக நான் எப்போதுமே கருதியதில்லை; குறிப்பிட்டதுமில்லை. தீவிர இதழ் என்ற தொடரே ஆரம்பம் முதல் பயன்படுத்தப்பட்டுள்ளது.

முந்தைய *காலச்சுவடு* தமிழின் இன்றைய தேவை பற்றிய சு.ரா.வின் பார்வையில் அமைந்தது. புதிய காலச்சுவடு அப்படி எந்த ஒரு தனிநபரின் பார்வையிலும் அமைவதைத் தவிர்த்து, ஒரு குழுவின் பார்வைகள், பல்சிந்தனைகள், பல்நோக்குகள், பன்முகப் படைப்புகள் என விரிவடைந்தது. புதிய காலச்சுவடுக்கு முந்தைய இதழ்கள் எல்லாமே படைப்புகளின் போதாமையை, படைப்பாளிகளின் ஒத்துழையாமையை நொந்துகொண்டே வெளிவந்துள்ளன. சு.ரா.வின் *காலச்சுவடு* இதற்கு விதிவிலக்கல்ல. ஆனால், புதிய *காலச்சுவடு*, சிற்றிதழ்கள் தமக்குத் தாமே ஏற்படுத்திக்கொண்ட வரையறைகளைத் தவிர்த்து இதழியல் பற்றிய விசாலமான பார்வையை முன்வைத்ததன் வழி, முதல் இதழிலிருந்து நூறாம் இதழ்வரை படைப்புத் தட்டுப்பாடு என்பதை உணர்ந்ததே இல்லை. மாறாக ஒவ்வொரு இதழிலும் எதைச் சேர்ப்பது, எதைத் தவிர்ப்பது என்ற பெரும் நெருக்கடிக்கு ஆளாக வேண்டியிருக்கிறது. ஒரு இதழ் அச்சுக்குச் செல்லும்போதே கிட்டத்தட்ட இன்னொரு இதழுக்கான பக்கங்கள் தயாராகிவிடுவதுண்டு. காலாண்டிதழாக இருந்தபோதும் இருமாத இதழாக ஆனபோதும் இப்போது மாத இதழாக வெளிவரும்போதும் இந்தப் பக்க நெருக்கடி எங்களைத் தொடர்ந்து கொண்டிருக்கிறது. இந்நிலையை ஒரு பங்களிப்புச் செழுமை காலச்சுவடுக்கு முந்தியும் பிந்தியும் எந்த இதழுக்கும் ஏற்படவில்லை. அதேபோல் புதிய குரலுக்கு இடமளிக்காத ஒரு இதழும் இந்த நூறு இதழ்களில் வந்ததில்லை. புதியவற்றிற்கான தேடல் என்பது எல்லாக் காலகட்டங்களிலும் *காலச்சுவடை* இணைக்கும் தொடர்ச்சியாக இருந்துவந்துள்ளது.

1994 அக்டோபரில் புதிய *காலச்சுவடின்* முதல் (இதழ் எண் 9) இதழ் வெளிவந்தது. ஒரு சில ஆண்டுகளுக்குப் பின்னர் மணிவண்ணன் *காலச்சுவடு* ஆசிரியர் குழுவிலிருந்து விலகிக்கொண்டார். 2002இல் நான் ஆசிரியர் குழுவிலிருந்து விலகிக்கொண்டு அரவிந்தன், ரவிக்குமார் இருவரையும் இணைந்துகொள்ள அழைத்தேன். 2003 ஆரம்பத்தில் சுஜாதாவின் பதிப்பாளராகியிருந்த மனுஷ்ய புத்திரன் ராஜிநாமாக் கடிதம் அனுப்பினார். அதை உடனடியாக ஏற்றுக்கொண்டேன். பின்னர் நஞ்சுண்டன் ஆசிரியர் குழுவில் இணைந்துகொண்டார். ஒரு

கட்டத்தில் அரவிந்தன் நிர்வாக ஆசிரியராகப் பொறுப்பேற்றார். ரவிக்குமார் (ஆதவன்) சட்டமன்ற உறுப்பினரானதும் ஆசிரியர் குழுவிலிருந்து விலகிக்கொண்டார். பெருமாள்முருகன், தேவிபாரதி ஆகியோர் இணைந்துகொண்டனர். இவ்வாறு பல்வேறு காலங்களில் பற்பல நண்பர்கள் இணைந்தும் பின்னர் விலகியும் சென்றுள்ளனர். இவற்றில் பெரும்பான்மையான உறவுகள், நட்புகள் தொடர்ந்துவருகின்றன. இந்த மாற்றங்கள் காரணமாகக் காலச்சுவடு நண்பர் வட்டத்தில் ஓரிரு மாற்றங்களே ஏற்பட்டன. *காலச்சுவடு* ஆலோசனைக் குழுவிலும் பல்வேறு காலங்களில் பல்வேறு நண்பர்கள் பணியாற்றியுள்ளனர். சிபிச்செல்வன், பெ. அய்யனார், திவாகர் இன்னும் சிலர் உதவி ஆசிரியர்களாக, இணை ஆசிரியர்களாகப் பணியாற்றியுள்ளனர். சில காலகட்டங்களில் கனிமொழி, ஆனந்த் ஆகியோர் கவிதைத் தேர்வுகளில் உதவியுள்ளனர். இப்போது ராஜமார்த்தாண்டன் உதவிவருகிறார். ஆ.இரா. வேங்கடாசலபதி, அரவிந்தன் 1994 முதலே என் சக பயணிகளாக இருந்துவருகின்றனர். 'வாரிசு' முத்திரை குத்தி என் சுயத்தை அவமதிக்கும் குரல்கள் ஒலித்துக்கொண்டிருந்த அன்றைய சூழலில் என்மீது நம்பிக்கை கொண்ட நண்பர்கள் இவர்கள். எம்.எஸ். அவர்களின் பங்களிப்பு அளப்பரியது. தமிழ் ஆய்வு, தமிழ் அடையாள அரசியல், திராவிட இயக்கம் போன்ற தளங்களுடன் சலபதியும், மனித உரிமை, தமிழக அரசியல், தலித் பண்பாடு போன்ற தளங்களுடன் ரவிக்குமாரும் *காலச்சுவடின்* உறவை வலுப்படுத்தியிருக்கிறார்கள். இந்த உறவுகள் *காலச்சுவடிற்கு* ஒரு தனித்துவத்தை ஏற்படுத்தக் காரணமாகியுள்ளன.

கடந்த சில மாதங்களாகத் தேவிபாரதி பொறுப்பேற்று நடத்திவருகிறார்.

இந்த மாற்றங்கள் எல்லாமே பலரது பங்களிப்புகள் *காலச்சுவடுக்கு* ஏற்படவும் அதே நேரம் தேக்கமின்றி இதழ் வளரவும் வழிவகுத்துவருகின்றன.

கடந்த பத்தாண்டுகளாகக் *காலச்சுவடின்* உள்ளடக்கத்தில் என்னுடைய பங்களிப்பு என்பது அந்தந்தக் காலகட்ட நிர்வாக ஆசிரியர்களின் (சில சமயங்களில் அறிவிக்கப்பட்டும் பல சமயங்களில் அறிவிக்கப்படாமலும்) மனோபாவம் சார்ந்தே இருந்துவந்துள்ளது. வலியுறுத்தி நான் சொல்லக்கூடியவை மிகக் குறைவு. *காலச்சுவடில்* என் கருத்துகள் எல்லாம் என் பெயரில் மட்டுமே ஆரம்பம் முதல் பதிவாகிவருகின்றன. அவற்றிற்கான முழுப் பொறுப்பு எனக்கு மட்டுமே. அதே நேரம் இவற்றையும் கூடப் பிரசுரிக்க வேண்டும் என நான் வலியுறத்துவது இல்லை.

ஆசிரியர் குழுக் கூட்டங்கள் அனைத்திலும் கலந்துகொண்டு என்னுடைய பார்வையைத் தெளிவாக முன்வைப்பதுண்டு. அவற்றில் ஏற்கப்படுபவை ஒரு பகுதி; நிராகரிக்கப்படுபவை அதிகம். இது எனக்கு மகிழ்ச்சியையே அளித்துவருகிறது.

காலச்சுவடை மீண்டும் தொடங்கி நடத்தப்போகிறோம் என்று அறிவித்த பிறகு ஆறுமாத கால அவகாசம் எடுத்துக்கொண்டோம். எப்போதும் கைவசம் பல படைப்புகள் இருக்க வேண்டும் என்பது திட்டமாக இருந்தது. இந்தக் காலகட்டத்தில் (1993) *காலச்சுவடில்* செய்யப்பட வேண்டிய விஷயங்கள் பற்றி ஆசிரியர் குழுவில் இருந்த நண்பர்களுக்கு ஒரு கடிதம் எழுதினேன். கடந்த ஜனவரி காந்தி சிறப்பிதழில் வெளிவந்த அஷிஸ் நந்தியின் காந்தி பற்றிய கட்டுரையின் மொழிபெயர்ப்பை வெளியிட வேண்டும் என்று அந்தக் கடிதத்தில் எழுதியது நினைவிருக்கிறது. சுமார் 15 ஆண்டுகள் முயன்ற பின்னர் அது நிறைவேறியுள்ளது. கிளாட் அல்வாரிஸ் அவர்களின் நேர்காணலை வெளியிட வேண்டும் என்ற திட்டம் இன்னும் சாத்தியமாகவில்லை. இன்னும் செய்யக்கூடியவை, செய்யப்பட வேண்டியவை . . . திட்டங்களுக்கு முடிவில்லை. தமிழ்ச் சமூகம் எந்த அளவுக்குக் *காலச்சுவடை* வலுப்படுத்துகிறதோ அதற்கு மேலாகவே எங்கள் பங்களிப்பு இருக்கும் என்பது உறுதி.

காலச்சுவடு தற்போது 7000 பிரதிகள் அச்சிடப்படுகிறது; 1500 சந்தாதாரர்கள் உள்ளனர். ஒரு தீவிர இதழ் விற்பனை, சந்தா விஷயங்களில் சரியான தகவல்களை வாசகர்களுடன் பகிர்ந்துகொள்வதே ஆரோக்கியமானது. ஏனெனில் வாசகர் எமக்கு நுகர்வோர் அல்ல, பங்காளி. நகைப்பிற்குரிய பொய் அறிவிப்புகளால் ஆதாரம் பெற நினைப்பது மோசடிப் பண்பாடு. மாற்றுப் பண்பாட்டுச் செயல்பாடுகளுக்கு மிகை தேவையே இல்லை. எண்ணிக்கை அல்ல, ஏற்படுத்தும் தாக்கமே இங்கு பிரதானமானது.

தமிழ் இதழியல் வரலாற்றில் 15 ஆண்டுகாலம் வளர்ச்சிப் பாதையில் பயணித்த மாற்று இதழ் *காலச்சுவடு* நீங்கலாக எதுவும் இல்லை. இந்த நெடும் போராட்டத்தில் உதவியவர்களை நான் பட்டியலிட முயலப்போவதில்லை. அது சாத்தியமுமில்லை.

ஆசிரியர் குழுவினர் மட்டுமல்ல; பல நண்பர்களும் *காலச்சுவடு* பணியாளர்களும் ஆதாயங்களுக்கு அப்பாற்பட்ட மனநிலையுடன் ஒரு பொதுத் தொண்டாக நினைத்துக் *காலச்சுவடுக்குப்* பங்களித்துவருகிறார்கள். விலை மதிப்பற்ற இந்தக் கொடையை முழுமையாக நினைவில் கொண்டிருக்கிறேன்.

என் குடும்பத்தினரின் ஆதரவும் எனக்கு முழுமையாகக் கிடைத்திருக்கிறது. எனக்கு எல்லா விதங்களிலும் உதவிவருபவர்கள் என் சகோதரிகள் தைலாவும் தங்குவும். மென்மையான விசாரிப்புகள் வழி என்னை ஊக்கப்படுத்தி வருபவர் அம்மா. அன்றாட நிர்வாகத் தலைவலிகளை எதிர்கொண்டுவரும் என் மனைவி மைதிலி, பத்தாண்டுகளுக்கு முன்னரே என் முதல் அக்கறை *காலச்சுவடு* என்பதைக் கண்டுணர்ந்துவிட்டாலும், பொறுத்துக்கொண்டிருக்கிறாள். என் பார்வையில் காலச்சுவடு என் குழந்தையாக இருந்தாலும் மைதிலியின் பார்வையில் அது என் முதல் மனைவி!

சகிகள், சகாக்கள், ஆதரவாளர்கள், எழுத்தாளர்கள், முகவர்கள் அனைவருக்கும் நன்றி. நன்றிக்கடன் ததும்பும் மனநிலையுடனேயே இதை எழுதுகிறேன்.

காலச்சுவடு, இதழ் 100, ஏப்ரல் 2008.

தமிழ்ப் பதிப்புத் துறையின் எதிர்காலம்

இந்த ஆண்டு பிப்ரவரியில் நேஷனல் புக் டிரஸ்ட் தில்லியில் நடத்திய உலகப் புத்தகச் சந்தையில் கலந்துகொள்ளும் வாய்ப்புக் கிட்டியது. இலங்கை, பாக்கிஸ்தான் போன்ற அண்டை நாட்டுப் பதிப்பகங்களிலிருந்து ஆப்பிரிக்க நாட்டு வெளியீட்டு நிறுவனங்கள்வரை 33,000 சதுர மீட்டர் பரப்பில் அமைந்திருந்த புத்தகச் சந்தையில் கலந்துகொண்ட சுமார் 1200க்கும் மேற்பட்ட நிறுவனங்களின் ஸ்டால்களைப் பார்வையிடும் வாய்ப்புக் கிடைத்தது. உலக / இந்தியப் பதிப்புலகின் இன்றைய நிலை பற்றிய ஒரு கணிப்பை உருவாக்கிக்கொள்ள முடிந்தது. இந்தப் பின்னணியில் தமிழ்ப் பதிப்புலகின் இன்றைய நிலையையும் அதன் எதிர்காலத்தையும் சற்றுப் பார்க்கலாம்.

இச்சந்தையில் இந்திய மொழிகள் பலவற்றிலிருந்தும் பதிப்பகங்கள் கலந்துகொண்டன. பிற இந்திய மொழி நூல்களை அவற்றின் வெளியீட்டுத் தரம், விலை போன்ற அடிப்படைகளில் ஒப்பிட்டுப் பார்க்க முடிந்தது. ஓரளவிற்கு அவற்றின் உள்ளடக்கம் சார்ந்தும் மதிப்பிட முடிந்தது.

எனது பார்வையில் இன்று இந்திய மொழிகளில் (ஆங்கிலம் நீங்கலாக) மிகச் சிறந்த நூல்கள் தமிழிலேயே வெளிவருகின்றன. வெளியீட்டுத் தரத்திலும் உள்ளடக்கத்திலும் விடியல், அடையாளம், காலச்சுவடு, தமிழினி,

க்ரியா போன்ற பதிப்பகங்களுடன் ஒப்பிடப் பிற இந்திய மொழிகளில் வெளியீடுகள் இல்லை. ஓரளவிற்குத் தமிழுடன் ஒப்பிடும் தரத்தில் மலையாள நூல்கள் உள்ளன. ஆனால் இந்தியில் கல்வி, பொது அறிவு சார்ந்த நூல்கள் பெருமளவில் வெளியாகின்றன. தமிழில் அது இன்னும் நீங்காத குறையாகவே உள்ளது.

அதே நேரத்தில் பிற மொழி நூல்களின் விலை மட்டும் மிகத் தரமான தமிழ் நூல்களுக்கு இணையாகவோ அல்லது அதிகமாகவோ உள்ளது. எனவே தமிழ் வாசகர்களுக்கு நல்ல நூல்கள் தரமான தயாரிப்பில் குறைந்த விலையில் இன்று கிடைக்கின்றன என்பதே யதார்த்தம். இது தமிழ்ப் பதிப்புலகின் பலம். தமிழ் நூல்களின் விலை அதிகம் என்று முறையிடுபவர்கள் எந்த ஒப்பீட்டு நோக்கும் இல்லாதவர்கள்.

அத்தோடு அரசின் புள்ளிவிவரங்களைப் பார்க்கும்போது இன்று மிக அதிகமான எண்ணிக்கையில் நூல்கள் வெளியாகும் இந்திய முன்னணி மொழிகளில் தமிழும் ஒன்று. அதேபோல் தமிழ் அளவிற்கு இன்று வேறு எந்த மொழியிலும் பதிப்புத் துறை வளர்ச்சியடையவில்லை என்பதும் உண்மை. தமிழகத்தில் இரு மையங்களில் (சிவகாசி, சென்னை) உலகத் தரமான நூல்களைத் தயாரிப்பது சாத்தியமாக இருப்பது இதற்கு ஒரு காரணம். தமிழ் மென்பொருள் வளர்ச்சி இந்திய மொழிகளில் முன்னணியில் இருப்பதும் நவீன பதிப்புலக வளர்ச்சிக்கு வழிகோலியுள்ளது.

பல இந்திய மொழிகளில் பதிப்புத் தொழில் ஒருசில நிறுவனங்களின் ஆதிக்கத்தில் உள்ளது. விநியோக வசதியும் சில அமைப்புகளின் கையில் இருக்கிறது. இது அம்மொழிகளில் பதிப்புத் தொழிலின் பரவலான காத்திரமான வளர்ச்சிக்குக் குந்தகமாக அமைகிறது. ஆனால் தமிழ்ப் பதிப்புலகில் அத்தகைய எந்தக் குவிமையமும் இல்லை. சில ஆண்டுகளுக்கு முன்னர்வரை தமிழ்ப் பதிப்புத் தொழிலின் பெரும் பகுதி ஒரு சாதியினரின் வட்டத்திற்குள் இருந்தது. இன்று அந்நிலை இல்லை. இத்தகைய ஒரு ஜனநாயக நிலை தமிழ்ப் பதிப்புலகில் நிலவிவருவதும் மேம்பட்டுவருவதும் அதன் வருங்கால ஆரோக்கியமான வளர்ச்சிக்குச் சாதகமானதாகும்.

அதே நேரத்தில் தமிழ்ப் பதிப்புத் துறை மேலும் மேம்படும் நோக்கில் ஏற்பட வேண்டிய சில மாற்றங்களைப் பார்க்கலாம். தமிழ் நூல்களின் கருப்பொருட்கள் இன்னும் விரிந்த தளத்தில் இருக்க வேண்டும். தமிழின் தீவிரப் பதிப்புலகம் இலக்கிய அடிப்படைவாதம் எனும் பக்கவாதத்திலிருந்து விடுபட வேண்டும். தமிழ் மொழியின் எல்லாப் பரிமாணங்களும் பரிணாம

வளர்ச்சிகளும் வீழ்ச்சிகளும் தமிழ் நூல்களின் கருப்பொருளாக அமைய வேண்டும்.

வாழ்கை வரலாறு என்பது பல மொழிகளில் சிறப்பான இடத்தைப் பெற்றிருக்கிறது. தமிழில் வாழ்க்கை வரலாற்று நூல்கள் பெரிதும் வழிபாட்டுத் தன்மையுடனேயே வெளிவருகின்றன. நவீன நோக்குடன் எழுதப்பட்ட, இலக்கிய அமைதியுடன்கூடிய நம்பத்தகுந்த வாழ்க்கை வரலாற்று நூல்கள் பல வெளிவர வேண்டும்.

பெரியாருக்கும் ராஜாஜிக்கும் இடையிலான அபூர்வமான உறவைச் சித்தரிக்கும் ஒரு சிறந்த நூல் தமிழில் இல்லை. இத்தகைய ஒரு நூல் 20ஆம் நூற்றாண்டுத் தமிழக அரசியல் வரலாற்றில் தவிர்க்க முடியாத இடத்தைப் பெறும் என்பதோடு மிகச் சிறப்பாக விற்பனை ஆகக்கூடியதும்கூட. தமிழ்ப் பதிப்பாளர்கள் அரசு நூலகத் துறையை மட்டும் நம்பி நூல்களை வெளியிடும் ஒட்டுண்ணி நிலையிலிருந்து விலகி வாசகர்களை நம்பி நூல்களை வெளியிடும்போது நூல்களின் கருப்பொருட்களும் விரிவு பெறும்.

தமிழ்ப் பதிப்புலகின் எதிர்கால வளர்ச்சியிலிருந்து பிரிக்க முடியாத பிரச்சினை எழுத்தாளர்களின் காப்புரிமைப் பிரச்சினை. தமிழ்ப் பதிப்புலகின் மிகப் பலவீனமான அம்சமும் இதுதான் எனும்போதே கடந்த ஆண்டுகளாகச் சில ஆரோக்கியமான மாற்றங்கள் ஏற்பட்டுவருகின்றன என்பதையும் குறிப்பிட வேண்டும். இருப்பினும் தமிழ்ப் பதிப்பாளர்கள் எழுத்தாளரின் காப்புரிமையை அடிப்படை உரிமையாகக் கருதி மதிப்பதில்லை என்பதே உண்மை. காப்புரிமை முழுமையாக மதிக்கப்படாதவரை எழுத்தாளர் எழுத்தை நம்பி வாழும் காலம் உருவாகாது. இது ஏற்படாதவரை தமிழ்ப் பதிப்புத் துறை அடுத்த கட்ட வளர்ச்சியை எட்ட முடியாது.

இந்தியப் பதிப்பாளர்கள் பலர் எதிர்கொள்ளும் திருட்டுப் பதிப்புப் பிரச்சினையைத் தமிழ்ப் பதிப்பாளர்கள் அதிகம் எதிர்கொள்வதில்லை. இந்தியப் புத்தகச் சந்தையில் சுமார் 20% திருட்டுப் பதிப்புகள் எனவும் இதனால் இந்தியப் பதிப்புத் துறைக்கு ஆண்டுதோறும் ரூ. 266 கோடி இழப்பு ஏற்படுகிறது எனவும் சில ஆண்டுகளுக்கு முன்னர் மேற்கொள்ளப்பட்ட அரசு ஆய்வு ஒன்று தெரிவிக்கிறது. இத்தகைய பெரும் இழப்புகளை எதிர்கொள்ளாத தமிழ்ப் பதிப்பாளர்கள் காப்புரிமையை எழுத்தாளர்களுக்குக் கொடுக்கத் தயங்க வேண்டியதில்லை.

இன்று சில நகரங்களையும் குக்கிராமங்களையும் சார்ந்த இளையோர்களிடையே கணிசமான அளவிற்குப் படிப்பார்வம்

ஏற்பட்டுள்ளது. அவர்களது ஆர்வத்தை வளர்க்கும் அளவிற்குத் தமிழகமெங்கும் விற்பனை நிலையங்கள் இல்லை. இக்குறை நீங்கச் செய்யக்கூடியவை என்ன என்பது பற்றிச் சமூக அக்கறை கொண்ட அனைவரும் சிந்திக்க வேண்டும்.

மேலும் விற்பனை மையங்கள் இல்லாமை பதிப்பாளர்களிடையே ஏற்படுத்தியுள்ள ஏக்கத்தைச் சாதகமாக்கிக்கொண்டு பல தனிப்பட்ட மோசடி விற்பனையாளர்கள் தொடர்ந்து அவர்களைச் சுரண்டியும் ஏமாற்றியும் வருகின்றனர். இன்றைய சூழலில் இவர்களை எதிர்கொள்ள நீதிமன்றத்தை அணுகுவது தீர்வு அல்ல. பதிப்பாளர்கள் கூட்டமைப்புதான் இப்பிரச்சினையை ஒருங்கிணைந்த முறையில் அணுக வேண்டும். விநியோக அடித்தளம் சீராக அமைவதும் புத்தக விற்பனை, தொழில் திறனுடனும் தொழில் தர்மத்துடனும் மேற்கொள்ளப்படுவதும் பதிப்புலகின் அடுத்தகட்ட வளர்ச்சிக்கு இன்றியமையாத தேவை.

புதிய புத்தகம் பேசுது, ஏப்ரல் 2004

காப்புரிமையின் புதிய தமிழ்ப் பரிமாணங்கள்

தமிழகப் புத்தகச் சந்தையில் பல ஆரோக்கியமான மாற்றங்கள் ஏற்பட்டுவருவது ஜனவரி 2002 சென்னைப் புத்தகச் சந்தையில் மறுக்க முடியாதபடி தெளிவு பெற்றது. அடுத்த பத்தாண்டுகளில் தமிழ்ப் புத்தக உலகில் நிகழப் போகும் பல பாய்ச்சல்களுக்கு இது கட்டியம் கூறியுள்ளது.

தீவிர தமிழ் எழுத்தாளர் தன் எழுத்தை நம்பி வாழும் காலத்தின் வருகை விரைவில் நிகழும் என்ற நம்பிக்கையை இந்த மாற்றங்கள் ஏற்படுத்துகின்றன. "இலக்கியத்தைத் தொழிலாகக் கொண்டுவிடாதே. அது உன்னைக் கொன்று விடும். இலக்கியம் வறுமையைத்தான் கொடுக்கும்" என்ற புதுமைப்பித்தனின் எச்சரிக்கை காலாவதி ஆகிப்போவது நமக்குப் பெருமைதரும் செய்தியாக இருக்கும்.

தமிழ் எழுத்தாளரின் நல்வாழ்வு பதிப்பாளரின் நல்கைகளை நம்பியதாக இருக்க முடியாது என்பதைக் கடந்தகால பதிப்பாளர் – எழுத்தாளர் உறவு தெளிவாகக் காட்டுகிறது. புத்தகங்கள் விற்பதில்லை என்ற பதிப்பாளரின் தீராத புலம்பல் தமிழகத்தின் பலவீனமான புத்தகச் சந்தைக்குச் சான்றாக இருப்பதோடு, சிலவேளைகளில் எழுத்தாளரின் காப்புரிமையைப் பறிக்கும் தந்திரமாகவும் இங்கு

தொழிற்பட்டுள்ளது. அதோடு எழுத்தாளரின் படைப்பு வேகத்தைப் பல சமயங்களில் அதன் கருவறையிலேயே சாம்பலாக்கியுள்ளது. எழுத்தாளரும் அவர் குடும்பமும் எழுத்துப் பணியைப் பற்றித் தாழ்வுணர்ச்சி கொள்ளும் நிலையையும் ஏற்படுத்தியுள்ளது.

. . . என் நண்பர் கு.ப. ராஜகோபாலன் காலமானார். சென்ற 35 வருஷ காலமாக (1909 – 1944) ஒரு மாறாத காட்சியை தான் கண்கூசாமல் கண்டுகொண்டு வருகிறேன். எழுத்தாளர்கள் பாதரக்ஷைகூட இல்லாமல் கப்பிக்கல் ரோட்டில் நடந்து போகிறார்கள். அவர்களைக் கட்டி மேய்த்துத் 'தீனி' போடுகிறேன் என்கிற இடையர்கள் (புத்துயிர் பிரசுராலய சொந்தக்காரர்கள்) மோட்டார் கார்களிலும், வைரத் தோடுகளின் மினு மினு இடையில் ஈடுபட்டு மெய்ம்மறந்து போகும் காட்சியைக் காண்கிறேன். உழவன் வீட்டில் நெல் குதிர் ஏது?"¹

சமீபத்தில் தமிழகத்தைச் சேர்ந்த ஒரு துறை வல்லுனரை சந்திக்கும் வாய்ப்பு கிட்டியது. ஆங்கிலப் புலமையும் உலகளாவப் பயணித்த அனுபவமும் பெற்றவர் அவர். தம்முடைய துறை சார்ந்து முன்னர் அவர் எழுதிய தமிழ் நூல் பற்றிப் பேச்சுத் திரும்பியது. தாம் எழுதிய நூலுக்குரிய காப்புரிமை தமக்கா அல்லது வெளியிட்ட பதிப்பகத்திற்கா என்ற குழப்பத்தில் இருந்தார் அவர். நூலில் காப்புரிமை உங்களுக்கு என்றுதானே அச்சாகியுள்ளது என்று கேட்டேன். நூலின் பதிப்பு விவரப் பக்கத்தை அவர் பார்த்ததில்லை. ஆனால் இதில் வியப்படைய எதுவுமேயில்லை. மிகப் பெரும்பான்மையான தமிழ் எழுத்தாளர்கள் தம் நூலின் பதிப்பு விவரப் பக்கத்தைப் பார்ப்பதில்லை. வருமானம் இல்லாத இடத்தில் உரிமையைத் தக்க வைத்துக்கொள்வதில் அவர்கள் ஆர்வம் காட்டாததில் பிழையில்லை. சில மோசடிப் பதிப்பாளர்கள் எழுத்தாளரின் உரிமையைப் பதிப்பு விவரப் பக்கத்திலேயே பறித்துவிடும் சம்பவங்களும் இங்கு நிகழ்கின்றன. மேலும் பதிப்பாளர்களுக்கும் தமிழ் எழுத்தாளர்களுக்குமான உறவு இங்கு பல சமயங்களில் ஆண்டான் அடிமை உறவைவிடக் கேடானதாக இருந்து வந்திருக்கிறது.

. . . என் புத்தகங்கள் மிகுதியாக விலையாகமாட்டா என்பதையும் உங்கள் முயற்சியாலேயே இவ்வளவுதானும் விலையாவது என்பதையும் நான் உணர்ந்திருக்கிறேன். ஏனையவற்றை நோக்கக் *கள்ளர் சரித்திரத்திற்குச்* சற்று மிகுதியாக என்னிடம் ஆர்டர் வந்துகொண்டிருக்கிறது. அஃது ஒரு வகுப்பினைப் பற்றியதாகையாற் போலும்?

> பத்திரிகை வாயிலாக வெளியிடங்களிற் பரவுமாறு செய்யின் இன்னம் சிறிது மிகுதியாக விலைப்படக் கூடும். நிற்க – பொருள் வருவாய் ஒன்றே கருதியிருப்பின் நான் இவற்றையெழுதி வெளிப்படுத்தியிருக்க மாட்டேன். இப்புத்தகப் பதிப்புகளுக்கு என் நண்பர்களிற் சிலர் முன் வந்து உதவியிராவிடில் எனக்கு மிகுந்த நஷ்டமுண்டாயிருக்கும் என்பதில் ஐயமில்லை. யாதொரு வேலையும் செய்யாது சில புத்தகங்களை இருக்கிறபடியே அச்சிட்டுப் பொருளீட்டுதல் கூடுமென்பதும், ஆராய்ச்சிகளினாலே பெரும் பிரயாசையும், பொருள் நஷ்டமும் உண்டாகும் என்பதும் எனக்குச் செவ்வனே விளங்குகின்றன என்றாலும் இனியும் நான் அம்முறையை மாற்றவியலாது. முன் சென்ற முறையில் இன்னம் திருத்தமாகவும் விரிவாகவும் செல்ல வேண்டுவது கடமையென ஓர்கின்றேன். உண்மையில் பொருளிலாவது புகழிலாவது எனக்கு விருப்பமுண்டு என்றால் அது நான் ஆற்ற வேண்டும் பணிகளுக்கு வலியளிக்கக்கூடுமே என்ற எண்ணத்தினாலேயே ஆகும்...[2]

நன்றாக விலைபோகும் தன்னுடைய நூலை மறுபிரசுரம் செய்ய வேண்டி ஒரு எழுத்தாளர் பதிப்பாளருக்கு எழுதிய கடிதம் இது!

பதிப்பாளர்கள் தமிழ் எழுத்தாளர்களின் காப்புரிமைத் தொகையை சுருட்டிய ஆயிரம் சம்பவங்கள் இங்கு நடந்துள்ளன. இதுவரை எந்த எழுத்தாளர் கூட்டமைப்பும் எழுத்தாளர் உரிமைக்காகக் குரல் கொடுத்ததில்லை. ஆனால் எழுத்தாளரின் உரிமை பற்றி அரை நூற்றாண்டிற்கு முன்னரே கரிசனப்பட்டவர் *தினமணி* ஆசிரியர் டி. எஸ். சொக்கலிங்கம்.

> தங்களுடைய பாட்டுக்கள் பிரசுரமானால் போதும் என்று கவிகள் நினைக்கிறார்கள். கதைகள் புத்தக ரூபமாய் வந்தால் போதும் என்று அவற்றை எழுதுகிறவர்கள் விரும்புகிறார்கள். இந்த நினைப்பைப் பல பிரசுரகாரர்கள் தங்களுடைய சுயநலத்திற்காக உபயோகப்படுத்திக்கொள்ளுகிறார்கள்.[3]

என்று அவர் வருந்திக் கூறி எழுத்தாளர்களைச் சங்கம் அமைக்குமாறு தூண்டியுள்ளார்.

> "(டி.எஸ். சொக்கலிங்கம்) எழுத்தாளர்களின் பதிப்புரிமை, ஊதியம் ஆகியவற்றை முறையாகவும் முழுமையாகவும் பெறுவதற்கு இடைவிடாது முயன்றார். ஓர் எழுத்தாளரின் கதையைத் திரைப்படமாக்கவும், எழுத்தாளரை ஏமாற்றவும் முயற்சியொன்று நடந்ததை அறிந்த சொக்கலிங்கம் உடனே

அக்கதையைத் ‘தினமணி’யில் தொடராக வெளிவரச் செய்து, பதிப்புரிமையைக் காப்பாற்றினார்.”[4]

புதுமைப்பித்தன் தினமணி, மணிக்கொடி, காந்தி இதழ்களில் எழுதிய கதைகளுக்கான உரிமை அவருக்கே உரியது என்பதைத் தெளிவுபடுத்தி டி.எஸ். சொக்கலிங்கம் எழுத்து பூர்வமாக எழுதிக்கொடுத்துள்ளார்.

Dhinamani

Editor : T.S.Chockalingam, M.L.A. *G.T.,*
MADRAS.

4th Nov.1939

C.Vridhachalam Esq.,
Madras.

Dear Sir,

With reference to our conversation, I write this to confirm that copy-right of your stories that appeared in Gandhi, Manikkodi Weekly and Fortnightly editions, Dhinamani daily and Dhinamani Annual, rests with you.

Yours sincerely,

T.S.Chockalingam

இதற்கு அறுபது ஆண்டுகளுக்குப் பிறகு குமுதம் அதில் வெளியிடப்படும் அனைத்து எழுத்துகளுக்கான முழு உரிமையை எழுத்தாளர்களிடமிருந்து பிடுங்கும் அறிவிப்பை (‘பிரசுரமாகும் கதை, கட்டுரை மற்றும் படைப்புகள் அனைத்திற்கும் பதிப்பாளரே உரிமையாளராவார்’) ஒவ்வொரு இதழிலும் வெளியிட்டு வருகிறது.

❍

தமிழ் எழுத்தாளரின் காப்புரிமையை நாம் வலியுறுத்துவதன் காரணம் காப்புரிமை புனிதமானது என்பதால் அல்ல. மொழிபெயர்ப்புகள் வெளியிடும் நலிந்த தமிழ்ப் பதிப்பாளர்களிடமிருந்து ஒரு தொகையைப் பிடுங்கி மேற்கத்திய எழுத்தாளர் கையில் ஒப்படைத்துவிடவேண்டும் என்பதாலும் அல்ல. பிற மொழிப் படைப்புகள் தமிழாக்கம் செய்யப்படுவதற்குத் தடை ஏற்படுத்தும் விதத்தில் காப்புரிமையை நடைமுறை சாராத ரீதியில் வலியுறுத்துவதும் நமது நோக்கமல்ல. எழுத்தாளருக்கும்

வாசகருக்குமான உறவுதான் அடிப்படையானது. இந்த உறவை வலுப்படுத்தும் நோக்கிலேயே காப்புரிமையை அணுக வேண்டுமே அன்றிப் படைப்பை முடக்கும் நோக்கில் அல்ல.

முதல் காப்புரிமைச் சட்டம் 1879இல் இயற்றப்பட்டது. பல படைப்பாளிகள் தங்கள் படைப்புகள் திருடப்படுவதாகக் கொடுத்த புகாரே இதற்கு அடிப்படை. முதல் உலகளாவிய காப்புரிமை உடன்படிக்கை ஜெனீவாவில் செப்டம்பர் 1952இல் கையெழுத்தானது. பின்னர் அது பல திருத்தங்களுடன் ஜூலை 24 1971இல் பாரீசில் கையெழுத்தானது. பெர்ன் நகரிலும் 1971ஆம் ஆண்டு இலக்கிய, கலைப் பொருட்களுக்கான காப்புரிமையைப் பாதுகாக்கும் நோக்கோடு பிரத்யேகமாக ஒரு மாநாடு கூட்டப்பட்டு உடன்படிக்கை காணப்பட்டுள்ளது. இதில் ஒரு படைப்பை மொழிபெயர்த்துப் பிற மொழிகளில் வெளியிடுவது தொடர்பாக விரிவான சட்டங்கள் உள்ளன.

1. ஒரு படைப்பாளியின் படைப்பு பிரசுரிக்கப்பட்டு ஏழு ஆண்டுகளுக்குப் பிறகும், உலகளாவிய காப்புரிமை உடன்படிக்கையில் கையெழுத்திட்டிருக்கும் ஒரு நாட்டின், பரவலாகப் பேசப்படும் ஒரு மொழியில் மொழிபெயர்க்கப் பட்டுப் பிரசுரமாகவில்லை என்றால், அந்த நாட்டின் அரசு அந்நூலை மொழிபெயர்த்து வெளியிடுவதற்கான உரிமையை (முழு உரிமையை அல்ல) வழங்க முடியும்.

2. மூல ஆசிரியரைத் தொடர்புகொள்ள எல்லா முயற்சிகளையும் மேற்கொண்டு இயலவில்லை என்பதை நிரூபித்து மொழிபெயர்ப்பு உரிமையைப் பெறலாம்.

3. முன்னர் வெளிவந்த மொழிபெயர்ப்பின் எல்லாப் பிரதிகளும் விற்றுத்தீர்ந்துவிட்டன என்ற அடிப்படையிலும் பிரசுர உரிமையைப் பெறலாம்.

4. மூல ஆசிரியரையோ காப்புரிமை பெற்றவரையோ தொடர்புகொள்ள இயலாத நிலையில் அவர் எந்தத் தேசத்தின் குடிமகன் என்ற விபரம் தெரிந்தால், அந்நாட்டின் தூதரகம் மூலமாக உரிமை கோரி விண்ணப்பிக்கலாம். அல்லது அந்நூலின் பதிப்பாளருக்கு விண்ணப்பிக்கலாம். இத்தகைய விண்ணப்பங்களை அனுப்பிய இரண்டு மாதங்களுக்குப் பிறகு பதில் இல்லாத நிலையில் மொழிபெயர்ப்பாளர் தன்னுடைய அரசிற்கு உரிமை கோரி விண்ணப்பிக்கலாம்.

5. இந்திய அரசு தனது காப்புரிமைச் சட்டத்தின் கீழ் மேற்படி கோரிக்கைகளைப் பரிசீலிக்க காப்புரிமைக் குழுமம்' ஒன்றை நியமித்துள்ளது.

தமிழ்ப் படைப்புகள் பிற மொழிகளில் அதிக கவனம் பெற்று வரும் காலகட்டம் இது. தமிழ்ப் படைப்புகளைப் பிற மொழிகளில் மொழிபெயர்க்கவும் உலகத் தரத்தில் பிரசுரிக்கவும் தமிழர்களின் உலகளாவிய வலைப்பின்னல் உருவாகிவருகிறது. நம் படைப்புகளை உலகிற்கு எடுத்துச் செல்ல மேற்கின் கடாட்சத்தை நாம் நம்பியிருந்த காலம் மலையேறிவிட்டது. தமிழ்த் திரைப்படத் துறையும் தொலைக்காட்சிகளும் தமிழ்ப் படைப்புகளை நோக்கித் தம் கவனத்தைத் திருப்பும் சூழல் உருவாகிவருகிறது. மாறிவரும் இந்தச் சூழலில் தமிழ் எழுத்தாளர் பயன்பெற வேண்டுமெனில் காப்புரிமை பற்றிய பிரக்ஞையை அவர் உருவாக்கிக்கொள்ள வேண்டும். பிற மொழியினர் நம் படைப்புகளின் காப்புரிமையை மதிக்க வேண்டுமெனில் அவர்களது காப்புரிமையை நாமும் மதிக்க வேண்டியது அவசியம். இணைய யுகத்தில் ஒரு ஆப்பிரிக்க எழுத்தாளரையோ ஆஸ்திரேலியப் பழங்குடி எழுத்தாளரையோ தொடர்புகொண்டு உரிமை பெறுவது பெரிய விஷயமல்ல. உலகின் ஆக முதிய வாழும்மொழியில் தம் படைப்புகள் மொழியாக்கம் செய்யப்படுவதில் அவர்கள் பெருமையே கொள்கின்றனர். இவ்வாறு அனுமதி பெற்ற நூல்களும் தமிழில் வெளிவந்துகொண்டுதான் இருக்கின்றன. இருபது ஆண்டுகளுக்கு முன்னர் கவிஞர் இந்திரன் 'அறைக்குள் வந்த ஆப்பிரிக்க வானம்' (1982) என்ற ஆப்பிரிக்கக் கவிஞர்களின் தொகுதி ஒன்றை தமிழாக்கம் செய்து வெளியிட்டபோது International Copyright Centre (Newyork) என்ற அமைப்பு மூலமாக உரிமை பெற்றே வெளியிட்டுள்ளார். க்ரியா பல மொழிபெயர்ப்பு நூல்களை உரிய அனுமதி பெற்று வெளியிட்டுள்ளது. காலம் பதிப்பகம் (கனடா) சினுவா ஆச்சிபியின் 'சிதைவுகள்' நூலை உரிய அனுமதி பெற்று மொழிபெயர்த்து வெளியிட்டுள்ளது. இன்னும் பல உதாரணங்களைக் குறிப்பிட முடியும். எனவே உரிமை பெற்று வெளியிடப் பெரும்பாலான சந்தர்ப்பங்களில் கொஞ்சம் உழைப்பும் எழுத்தாளரின் உரிமையை மதிக்கும் பண்பும் போதுமானதாக உள்ளது என்பதே யதார்த்த நிலை.

காப்புரிமை மீறல் என்பது ஒரு பொருளாதாரக் குற்றம் மட்டுமல்ல; ஒரு மனித உரிமை மீறலும்கூட. ஏனெனில் காப்புரிமை என்பது தார்மீகரீதியாகச் சொத்துரிமையைவிட நியாயமானது. சொத்துரிமையின் வேர்கள் ஒரு இடத்தை யார் முதலில் குடியேறிக் கைப்பற்றியது என்பதிலேயே உள்ளது. காப்புரிமை ஒருவர் தாமே உருவாக்கிய படைப்பின்மீது கொள்ளும் உரிமையாகும். காப்புரிமை ஒரு குழந்தையின்மீது பெற்றோருக்கு இருக்கும் உரிமையோடு ஒப்புமை உடையது.

எனவேதான் சொத்துரிமையை மறுக்கும் மார்க்சியம்கூடக் காப்புரிமையை மதிக்கிறது.

படைப்பின் மீது மட்டுமல்ல, நாம் உருவாக்கும் கருத்துகளின் மீதும் நமக்கு அறிவுடைமை உரிமை (*Intellectual Property Right*) உண்டு. ஒரு கட்டுரை எழுதும்போது கல்வியாளர்களும் அறிவுஜீவிகளும் மேற்கோள் காட்டுவதும் அடிக்குறிப்புப் போடுவதும் இந்த உரிமையை மதிப்பதேயாகும்.

❍

கடந்த நூற்றாண்டின் முற்பகுதியில் ஒலித்த இந்தத் தீர்க்கமான குரலைக் கேளுங்கள்:

> தமிழ் நூலாசிரியர் படுங்கஷ்டங்களை ஈசனே தீர்த்து வைக்க வேண்டும். உண்மையான கவிதைக்குத் தமிழ் நாட்டில் தக்க மதிப்பில்லை... தமிழில் உண்மையான இலக்கியத் திறமையும் தெய்வ அருளும் பொருந்திய நூல்கள் எழுதுவோர் ஒரு சிலர் தோன்றியிருக்கிறார்கள்; இவர்களுடைய தொழிலை அச்சடிப்பாரில்லை; அச்சிட்டால் வாங்குவாரில்லை. அருமை தெரியாத ஜனங்கள் புதிய வழியில் ஒரு நூலைக் காணும்போது அதில் ரஸமனுபவிக்க வழியில்லை... 'பிரமாணஸ்தர்கள்' தமிழ் நூல்களிலே புதுமையும் வியப்பும் காணுவது சாத்தியமில்லை என்ற நிச்சயத்துடனிருக்கிறார்கள். ஆகவே, நூலாசிரியர், தமக்குத் தெய்வம் காட்டிய தொழிலிலே மேன்மேலும் ஆவலுடன் பாடுபட வழியில்லாமல், வேறு தொழில் செய்யப்போய்விடுகிறார்கள். காலம் சென்ற ராஜமையர் புதிதாகத் தமிழ்க் கதை எழுதுவதில் உண்மையான திறமை காட்டியிருக்கிறார். அவருக்குத் தகுந்த சம்மானமில்லை. ஆதலால், அவர் அந்தத் திறமையை மேன்மேலும் வளர்த்துக் கொண்டு போக இடமில்லாமல், ஆரம்பத்திலேயே கைவிட்டு, இங்கிலீஷ் மாதப் பத்திரிகை நடத்தப் போய்விட்டார்.[5]

நூலாசிரியர் மீது கரிசனம் கொண்டு பிரசுரத் தொழில்பற்றி பாரதி ஆதங்கத்துடன் எழுதிய நிலைமை மாற வேண்டும். மாறி வருகிறது. பதிப்பாளரும் எழுத்தாளரும் வாசகரும் பரஸ்பர உரிமைகளை மதித்து ஒன்றிணைந்து இயங்கும் சூழல் உருவாக வேண்டும். 'தமிழ்ச் சூழலின் அவல'த்தில் பற்றி ஏற்பட்டு வரும் மாற்றங்களை அங்கீகரிக்காமல் பழக்க தோஷத்தில் புலம்பிக்கொண்டிருப்பவர்களுக்கு ஓய்வுகொடுத்து அனுப்பும் காலத்தை நோக்கிப் பயணப்பட வேண்டியது மிக அவசியம்.

(இக்கட்டுரையின் உருவாக்கத்தில் உதவிய ஆ.இரா. வேங்கடாசலபதி, பா.மதிவாணன் ஆகியோருக்கு நன்றி)

குறிப்புகள்

1. கே. எஸ். வெங்கட்ரமணி, போகிற போக்கில், *பாரதமணி*, மே 1944.

2. ந. மு. வே. நாட்டார் பதிப்பாளருக்கு எழுதிய கடிதம்; ஆ. இரா. வேங்கடாசலபதியின் பிரசுரம் பெறாத ஆய்வேட்டிலிருந்து

3. ('தமிழ் எழுத்தையும் எழுத்தாளரையும் பற்றி திரு. டி. எஸ். சொக்கலிங்கம்', மணிமலர் ப. 40.)

4. *டி. எஸ். சொக்கலிங்கம்: அரசியல் இதழியல்*, பா. மதிவாணன், 1998

5. நூலாசிரியர் பாடு, *பாரதியார் கட்டுரைகள்*, 1977

காலச்சுவடு 43, செப்டம்பர் – அக்டோபர், 2002

இருளில் சுடரொளி

புதுயுகத்தின் வருகை தமிழ் அறிவுலகத்திற்குப் பல நற்செய்திகளைக் கொண்டுவந்துள்ளது. ஜனவரி 2002 புத்தகக் கண்காட்சி கடந்த பத்தாண்டுகளில் ஏற்பட்ட பல தாக்கங்களையும் விளைச்சல்களையும் மறுக்க முடியாதபடிக்குத் துல்லியப்படுத்திக் காட்டியுள்ளது.

இந்தக் கண்காட்சியின் வெற்றியை அடுத்துத் தமிழின் பல வணிக ஊடகங்களில் பல்வேறு பதிவுகள் வெளிவந்தன. கண்காட்சியின் சில தோற்றங்களை அவை பதிவுசெய்ததோடு தமிழகப் புத்தகப் பண்பாட்டில் ஏற்பட்டுவரும் சில அதிர்வு களையும் அவை சுட்டிக்காட்டின. இந்தப் பதிவுகளின் முக்கிய அம்சங்களைச் சுருக்கமாகப் பார்க்கலாம்.

முதலில் புள்ளிவிவரங்கள். ஸ்டால்களின் மொத்த எண்ணிக்கை 240; 170 தமிழ் ஸ்டால்கள். இது முந்திய ஆண்டைவிட 40% அதிகம். மொத்தம் மூன்று லட்சம் பார்வையாளர்கள் வருகை. ரூ.5 கோடிக்கு மேல் நூல்கள் விற்பனை.

இனி பண்பாட்டு மாற்றங்கள். தீவிர இலக்கிய நூல்கள், ஆய்வுகளின் வருகை அதிகரிப்பு. கேபிள் கலாச்சாரத்தில் சுயமிழந்து கிடப்பதாக முதிய தலைமுறையின் பழிக்கு ஆளாகிவரும் இளைஞர்களின் வருகையும் நாட்டமும் 25 ஆண்டு களுக்கு முன்னர் முதல் புத்தகக் கண்காட்சியின் போது இருந்ததைவிட – அதாவது இன்று பழிக்கும் தலைமுறை இளைஞர்களாக இருந்த காலத்தைவிட – இப்போது அதிகம். பல முக்கியப்

பதிப்பகங்களின் வருகை. பதிப்புகளின் நேர்த்தியும் தரமும் கணிசமாக உயர்ந்துள்ளன. புத்தகக் கண்காட்சிக் கலாச்சாரம் தமிழகமெங்கும் அதிக அளவில் பரவிவரும் சூழல். இவை எல்லாம் பல்வேறு ஊடகங்கள் கவனப்படுத்திய விஷயங்கள்.

தமிழின் தீவிர வாசகர் பொருட்படுத்திப் பார்க்க வேண்டிய இலக்கிய, ஆய்வு, மொழிபெயர்ப்பு நூல்கள் சுமார் நூறு இந்தக் கண்காட்சியை அடுத்து வெளிவந்தன. வாசகர்களைக் கவரும் புதிய நூல்களில் பெரும்பான்மை தீவிரப் பதிப்பகங்களால் வெளியிடப்பட்டவை. அத்தோடு ஊடகங்கள் கவனப்படுத்தியதும் சிறந்த நூல்களையும் பதிப்பகங்களையும்தான்; நட்சத்திர எழுத்தாளர்களின் தயாரிப்புகளை அல்ல.

இந்த மாற்றங்களுக்கான காரணங்கள் என்ன? அரசு நூலகத் துறையின் முறைமைகள் கொஞ்சம் சீர்பட்டிருப்பது நல்ல பதிப்பகங்களுக்கு ஊக்கமளித்திருக்கலாம். தொழில்நுட்ப வளர்ச்சியில் புத்தகத் தயாரிப்பு எளிமைப்பட்டிருப்பதும் தூண்டுதலாக இருந்திருக்கலாம். இந்தப் பொருண்மை, தொழில்நுட்ப அடிப்படையிலான மாற்றங்கள் முக்கியமானவை தான். ஆனால் எந்தப் பண்பாட்டு மாற்றமும் இவற்றில் மட்டும் வேர்கொண்டுவிடுவதில்லை. மாற்றத்தின் வேர்கள் ஆழமானவை, நுட்பமானவை, நம் தர்க்கத்தையும் கற்பனையையும் விஞ்சி நிற்பவை.

கடந்த பதினைந்து ஆண்டுகளில் பொருளாதார மாற்றங்களையும் கணினியை அடித்தளமாகக் கொண்ட தொழில்நுட்பப் பாய்ச்சல்களையும் தொடர்ந்து ஒரு புதிய நடுத்தர வர்க்கம் உருவாகியுள்ளது. வளர்ந்துவரும் நடுத்தர வர்க்கத்தின் பண்புகள் துல்லியப்பட்டுவருகின்றன. இதில் புத்தகப் பண்பாட்டிற்கு ஓரிடம் உருவாகியுள்ளது. வாழுமிடத்தையும் வாழும் முறையையும் மறு உருவாக்கம் செய்துவரும் கேபிள் டிவி, கணினிசார் பண்பாடு ஆகியவை பற்றிய அச்சம், இந்த வர்க்கத்தின் ஒரு பகுதியினரிடையே விழிப்புணர்வை உருவாக்கிவருகிறது. பிம்பங்களின் ஆதிக்கத்திற்குச் சரியான மாற்று ஆழமான நூல்கள்தான் என்ற கருத்து வலுப்பட்டு வருகிறது. இந்த மாற்றம் உடனடியாக ஆழமான வாசிப்பிற்கும் விமர்சனத்திற்கும் விவாதத்திற்கும் இட்டுச்சென்றுவிட வேண்டும் என எதிர்பார்ப்பது அதிகப்படியானது. ஆழமான வாசகர்களை நம்பி உலகில் எந்த மொழியிலும் புத்தகச் சந்தை இல்லை. ஒரு நூலை வாங்கி ஆழமாக வாசித்துவிட்டு அடுத்த நூலை வாங்குவது என்ற முடிவை வாசகர்கள் இறுக்கமாக மேற்கொண்டால் பதிப்புத் தொழில் முடிவுக்கு வந்துவிடும்.

புத்தகங்களின் அண்மை தரும் இன்பம், புத்தகங்களை 'தட்டிப்பார்ப்பது', அங்கும் இங்குமாய்ப் படிப்பது, பதிப்பை எடைபோடுவது, முன்னட்டை, பின்னட்டைச் செய்திகளை உள்வாங்கிக் கொள்வது, தொழில்நுட்பத்தை மெச்சுவது எல்லாமே புத்தகப் பண்பாட்டோடு தொடர்புடையவைதான். ஆழமான வாசகர்களின் உருவாக்கத்திற்கு இவை அவசியமானவை. இவை கச்சேரிக்கு முந்திய பாடகர்களின் சேட்டைகள் போன்றவை.

மேற்கிலிருந்து 'சுட்ட' கதையை, வடிவத்தை, நிறம் மாற்றி விற்பனை செய்யும் நமது வெகுஜனப் பண்பாட்டில் நம் வாழ்வின் பிரதிநிதித்துவ அம்சங்கள் குறைவு. நுகர்வோரின் உட்கிடக்கைகளுக்கு வடிகாலாக அமையும் தயாரிப்புகளை உருவாக்கும் திறன் நமது வெகுஜனப் பண்பாட்டின் விற்பன்னர்களிடம் போதுமான அளவு இல்லை. 'வெற்றிச் சூத்திர'த்தை மாற்றி மாற்றிக் குழைத்துக்கொண்டிருப்பதே இவர்களின் பிரதான பணியாக உள்ளது. இவற்றில் சுமார் 5% நுகர்வோர் ஆதரவு பெறுகின்றன. பிற 'மக்கள்' பெயரால் தோல்வி அடைகின்றன.

இந்தப் பின்னணியில் தமிழ் வாசகக் காட்டாற்றில் சில சிற்றோடைகள் தங்கள் வழித்தடத்தைத் தீவிரச் செயல்பாடுகளை நோக்கித் திருப்பியிருக்கின்றன. தீவிரச் செயல்பாடுகளால் ஈர்க்கப்பட்டு ஒரு பண்பாட்டு நகர்வுக்கு ஆட்படுபவர்களின் எண்ணிக்கை தமிழ் வாசகர்களின் ஒரு சதவீதத்திற்கும் குறைவாக இருப்பினும் தீவிரச் செயல்பாடுகளில் அது பெரும் ஊக்கத்தைத் தரும். அந்த அளவிற்கு இங்கு தீவிரச் செயல்பாடுகள் நலிந்திருந்திருக்கின்றன. புத்தக விற்பனையில் சில நூறு பிரதிகள் அதிகப்படுவதுகூடப் பதிப்புத் துறையில் நம்பிக்கையையும் பற்றுதலையும் அதிகப்படுத்திவிடுகிறது.

தமிழின் தீவிரச் செயல்பாடுகளின் இருப்பு பரந்த வாசகர் வட்டத்திற்குத் தெரியவராத புறக்கணிக்கப்பட்ட நடவடிக்கையாகவே நீண்ட காலமாக இருந்துவந்தது.

> உலகத்தமிழ் மாநாட்டின் உபயோகமென்ன என்று கேட்டபோது, அப்படியானதொரு மாநாட்டில்தான் சி. சு. செல்லப்பாவை சந்திக்க முடிந்தது; *எழுத்து* என்ற பத்திரிகையைப் பார்க்கக் கிடைத்தது; நவீனத் தமிழ் இலக்கியத்தின் கதவை அது திறந்துவிட்டது என்ற பொருள்பட ஃப்ரான்ஸுவா குரோ என்ற பிரெஞ்சு நாட்டு அறிஞர் ஒருமுறை கூறியிருந்தார். தற்போது வரும் சிற்றிதழ்களில் ஏதேனும் ஒன்றாவது அத்தகைய சாத்தியத்தை

ஏற்படுத்துமா என்ற கேள்வியை முன்வைத்துப் பாருங்கள், இவற்றின் பலவீனம் புரியும்.

(ரவிக்குமார், *இந்தியா டுடே*, இலக்கிய மலர் 2002)

ஆனால் இன்று இணையம் வழியாகவோ, தமிழ்த் தொலை காட்சிகளின் காலை நேர்காணல்களை அவதானித்து வந்தாலோ அல்லது வணிக இதழ்கள் வழியாகவோ தமிழின் தீவிரச் செயல்பாடுகள் பற்றிய தகவல்களை ஒருவர் திரட்டிக்கொள்ள முடியும். சந்தர்ப்பவசமான ஒரு சந்திப்பில் வெளிப்பட வேண்டிய அளவுக்கு அவற்றின் இருப்பு இன்று பலவீனமானது அல்ல. ஒரு அயல் ஆய்வாளர் சென்னையின் முக்கிய ஆங்கிலப் புத்தக மையங்களான Book Point, Higginbothams, Land Mark ஆகியவற்றிக்குச் சென்று பார்த்தாலே தீவிர தமிழ் நூல்களையும் இதழ்களையும் காணமுடியும்.

'எழுத்து' இதழுக்கு வணிக இதழ்களின் அலுவலகங்களில் வாசகர்கள் இருந்ததாகத் தெரியவில்லை. ஆனால் இன்று தீவிர இதழ்களையும் இலக்கிய, விமர்சன, ஆராய்ச்சி நூல்களையும் படிக்கும் ஒரு சிலரேனும் அனைத்து வணிக ஊடகங்களிலும் உள்ளனர். இவர்களது ஆர்வங்களும் சார்புகளும் சில வரையறைகளுக்கு உட்பட்டு வணிக ஊடகங்களில் இடம் பெறுவது இயல்பான விஷயம். ஒரு தீவிர இலக்கியப் படைப்பு அல்லது ஆராய்ச்சி நூல் *தினமணி, இந்திய டுடே, தினமலர், கதிரவன், ஆனந்த விகடன், குமுதம்* போன்ற இதழ்களில் கவனம் பெறும்போது சில லட்சம் வாசகர்களின் பார்வைக்கு வருகிறது. மாறுபட்ட வாசிப்பிற்கான தாக்கத்துடன் புறநகரங்களிலும் கிராமங்களிலும் தனிமைப்பட்டு நிற்கும் வாசகர்களுக்கு தீவிரச் செயல்பாடுகளுடனான பரிச்சயத்தை இது ஏற்படுத்துகிறது.

மேற்குறிப்பிட்ட பல செயல்பாடுகள் கடந்த பத்தாண்டுகளில் நிகழ்ந்தவை. ஆனால் தீவிரமான செயல்பாடுகளின் வேர்களோ கடந்த காலத்தில் நீண்டு செல்லக்கூடியவை. அண்மைக் காலத்தில் தீவிரச் செயல்பாடுகளுக்கான ஒரு பிரதான களமாகச் சிற்றிதழ் இயக்கம் இருந்துவந்துள்ளது. மேட்டுக்குடித்தனம், பார்ப்பனச் சார்பு, குறுகிய வட்டம், வலதுசாரிக் கண்ணோட்டம் என அதன் மீது சுமத்தப்பட்ட அனைத்து அவதூறுகளையும் தாண்டி அந்த இயக்கம் இன்று ஒரு பன்முகப்பட்ட, சிதறிய, வலிமையான, அசலான சில ஜனநாயகப் பண்புகளைக் கொண்ட மாற்றுப் பண்பாட்டு இயக்கமாக மலர்ந்துள்ளது. சிறுபத்திரிகைகளின் இயக்கம் எழுபதுகளுடன் முடிந்துவிட்டது போன்ற சாபங்களை எதிர்கொண்டு புதிய யுகத்தில் அது மறுமலர்ச்சி கொண்டுள்ளது.

அத்தோடு இலக்கிய, தத்துவ விவாதங்களையும் கலை நிகழ்ச்சிகளையும் தொடர்ந்து மேற்கொண்டுவரும் இடதுசாரி இயக்கங்களும் கணிசமான பங்களிப்பை வழங்கியுள்ளன.

மேலும் தமிழகத்தில் நடந்துவரும் சமூக மாற்றங்களின் விளைவாகத் தீவிரச் செயல்பாடுகளுக்கான வாசகத்தளம் தமிழகத்தின் குக்கிராமங்கள்வரை விரிந்துள்ளது. எழுபதுகளில் சிற்றிதழ்களில் பங்களித்தவர்களையும் படித்தவர்களையும் (சான்றாக வாசகர் கடிதங்கள்) இன்றைய நிலையோடு ஒப்பிட்டால் இதை உணரலாம்.

90களில் சிற்றிதழ் தளத்தில் நிகழ்ந்த பல அரசியல் தத்துவ விவாதங்கள் பரவலான கவனத்தைப் பெற்றன. குறிப்பாக தலித்தியம் சார்ந்த செயல்பாடுகள் வாசகத்தளத்தை விரிவுப்படுத்தியுள்ளன. *சுபமங்களா, புதிய பார்வை* போன்ற நடுத்தர இதழ்களின் இயக்கம் தீவிரச் செயல்பாடுகளுக்கான வாசகர் வட்டத்தை உயர்த்தியுள்ளது. இவற்றின் தாக்கத்தால் *தினமணி, இந்தியா டுடே* போன்ற இதழ்கள் இலக்கியச் சிறப்பிதழ்களை வெளியிட்டன. பல ஆயிரம் வாசகர்களைச் சென்றடைந்த இம்மலர்கள் ஏற்படுத்திய தாக்கம் கணிசமானது. *குமுதம்* போன்ற ஒரு வணிகச் சுரண்டல் கேந்திரத்திற்குக்கூட இன்று தீவிர முகம் ஒன்று தேவைபடுவதன் அடித்தளம் இந்தச் செயல்பாடுகளில் வேர் ஊன்றியுள்ளது.

தமிழ்ப் பதிப்புத் தொழிலில் கடந்த நூற்றாண்டின் முற்பகுதியில் நிலவிய நிலையை கவனிப்பது இன்றைய மாற்றங்களைப் புரிந்துகொள்ள உதவும். 200 பிரதிகள் அச்சிட்டுப் பத்தாண்டுகளில் விற்பனை செய்யும் நிலை அன்று நிலவியது. மக்கள் தொகை அதிகரிப்பு, படிப்பறிவு ஏற்றம் பெற்றிருப்பது எல்லாம் இன்றைய மாற்றங்களுக்கு முக்கியக் காரணங்கள்தான். ஆனால் அதற்கும் மேலாகப் பண்பாட்டுச் சூழலில் நிகழ்ந்துவரும் ஆரோக்கியமான மாற்றங்கள் அதிக முக்கியத்துவம் உடையவை. அத்துடன் பதிப்புத் தொழிலில் புதிய தலைமுறையின் வரவு பல மாற்றங்களை உருவாக்கியுள்ளது. பல முதிய பதிப்பகங்களிலும் புதிய தலைமுறை பொறுப்பேற்றிருப்பது பல மாற்றங்களுக்குக் காரணமாக உள்ளது.

> தமிழ்நாட்டிலே புஸ்தகம் எழுதுவோரின் நிலைமை இன்னும் சீராகவில்லை. பிரசுரத் தொழிலை ஒரு வியாபாரமாக நடத்தும் முதலாளிகள் வெளிப்படவில்லையாதலால், சங்கடம் நீங்காமலிருக்கிறது. புதிய புஸ்தகங்களைப் படித்துப் பார்த்து, 'பயன்படுமா படாதா' வென்று தீர்மானம் செய்ய வேண்டும். 'நன்றாக விலையாகுமா விலையாகாதா' என்பதை

ஊகித்தறிய வேண்டும். ஆசிரியரிடமிருந்து புஸ்தகத்தை முன்விலையாகவோ, வேறுவித உடன்பாடாகவோ, வாங்கிக்கொண்டு தாம் கைம்முதல் போட்டு அச்சிட்டு லாபம் பெறவேண்டும். இந்த வியாபாரத்தை நமது தேச முதலாளிகள் தக்கபடி கவனியாமலிருப்பது வியப்பை உண்டாக்குகிறது. புஸ்தகங்கள் வெளிவரத்தான் செய்கின்றன. பெருந்தொகையான ஜனங்கள் வாங்கிப் படிக்கத்தான் செய்கிறார்கள். ஒரு ஒழுங்கான பிரசுர வியாபாரம் நடந்தால் ஜனங்களுக்கு நல்ல புஸ்தகங்கள் கிடைக்கும். இப்போது அச்சிடப் பணமுள்ளவர் எழுதும் புஸ்தகங்களே பொது ஜனங்களுக்குக் கிடைக்கின்றன. பெரும்பாலும் பழைய புஸ்தகங்களிலே ஆச்சரியமானவை பல எழுதப்பட்ட காலத்தில், ஆசிரியர் தனவந்தராக இருந்ததில்லை. மேன்மேலும் ஊக்கத்துடன் நடத்தினால், பிரசுர வியாபாரத்தில் நிறைய லாபம் உண்டாகுமென்பதில் சந்தேகமில்லை.

(தமிழ் நாட்டிலே புஸ்தகப் பிரசுரம், பாரதியார் கட்டுரைகள்)

பாரதியின் கனவு மெய்ப்படும் காலம் நெருங்கியுள்ளது. அடுத்த பத்தாண்டுகளில் தமிழ் பதிப்புத் துறை பல பாய்ச்சல்களை நிகழ்த்த உள்ளது. பிற மொழிப் பதிப்பகங்கள் தமிழில் கிளை பரப்பத் திட்டமிட்டுவருகின்றன. பல புதிய முதலீடுகளையும் தமிழ்ப் பதிப்புத் துறை எதிர்நோக்கியுள்ளது.

[உதவியவை: விடியலுக்கான வெள்ளி விழா (ஞாநி, தினமணி, 14 ஜனவரி 2002); மெல்லத் தமிழ் இனி தழைக்கும் (சதாசிவம், பீர்முகமது, இந்தியா டுடே, ஜனவரி 30, 2002); A social history of Tamil book - Publishing (ஆ. இரா. வேங்கடாசலபதியின் இன்னும் பிரசுரம் பெறாத ஆய்வு)]

காலச்சுவடு 41, மே – ஜூன், 2002

பதிப்பு:

புதிய அனுபவங்களும் புதிய வாய்ப்புகளும்

1. நீங்கள் காலச்சுவடு பதிப்பகத்தை நடத்தத் தொடங்கியதிலிருந்து இன்றுவரை தமிழ்ப் பதிப்புலகில் ஏற்பட்டுவரும் மாறுதல்களைக் கவனித்திருப்பீர்கள். அவற்றைப் பற்றிச் சொல்லுங்கள்.

அக்காலகட்டத்தில் (1995) பல நம்பிக்கைகள் இருந்தன. நூறு ரூபாய்க்கு அதிகமான விலையுள்ள நூலகள் விற்பனையாகாது, ஆராய்ச்சி நூல்களைப் பொது வாசகர்கள் வாங்க மாட்டார்கள் என்பன போன்று. (விபிபி இல்லை என்று மெனக்கட்டு அறிவிப்பார்கள்.) இத்தகைய நம்பிக்கைகள் எல்லாக் காலகட்டங்களிலும் எல்லாத் துறைகளிலும் இருக்கும். இவை நாம் எதிர்பார்ப்பதுபோல அனுபவத்திலிருந்து கிளர்ந்தவை அல்ல. முதலில் ஒரு நம்பிக்கை உருவாகிறது. இது பெரும்பாலும் மக்கள் பற்றிய கீழான கணிப்பிலிருந்து உருவாகிறது. பின்னர் அந்த நம்பிக்கைகளுக்கு ஏற்ப அத்துறை சார்ந்த உயர்குழு செயல்படுகிறது. இப்படியான தனது நம்பிக்கைகளை மக்கள்மீது திணித்து அவற்றை 'உண்மை' ஆக்கித் தனது நம்பிக்கைகளுக்கு அக்குழு வலுச்சேர்த்துக்கொள்கிறது.

மக்கள் மோசமான ரசனையுடையவர்கள் என்ற அனுமானத்தில் தொடங்கி மோசமான உள்ளடக்கமுடைய நூல்களை, இதழ்களை அவர்களுக்கு வாசிக்கக் கொடுத்தால் அவர்கள் மோசமான ரசனைக்குப் பழகிவிடுவார்கள், இல்லையா? இதுதான் தமிழ்ப் பதிப்புத் துறையிலும் நடந்தது! கடந்த இருபத்தைந்து ஆண்டுகளில் கணிசமான வாசகர்கள் இலக்கியத்தையும் விரும்பிப் படிப்பார்கள், நல்ல இதழ்களையும் விரும்புகிறார்கள் என்பது உறுதிப்பட்டுள்ளது.

காப்புரிமை பற்றிய விழிப்புணர்வு பொது வாசகர்களுக்கும் எழுத்தாளர்களுக்கும் இல்லாமலே இருந்தது. 2000க்குப் பின்னர் மையம்கொண்ட புதுமைப்பித்தன் காப்புரிமைப் பிரச்சினை இதில் மிகப்பெரிய உடைவை ஏற்படுத்தியது. இன்று ஒரு எழுத்தாளரின் காப்புரிமைக்கு எதிரான ஒரு பிரச்சினையைக் கிளப்பவே முடியாது. பதினைந்து ஆண்டுகளுக்கு முன்னர் உயர் நீதிமன்ற வழக்கறிஞர் உட்படத் தமிழகத்தின் பல முற்போக்குச் சிந்தனையாளர்கள் எவ்வளவு அபத்தமாகச் செயல்பட்டார்கள், எப்படிப் புதுமைப்பித்தன் குடும்பத்தின் காப்புரிமைக்கு எதிராகத் திரண்டார்கள் என்பதை இன்று நம்ப முடியாத அளவுக்குச் சூழல் மாறியுள்ளது.

நூல்களுக்கு உரிமை வாங்கி மொழிபெயர்ப்பது முன்னர் ஒரு அதிசயமாக இருந்தது. இன்று ஓரளவுக்குப் பரவலாகப் பின்பற்றப்படுகிறது. சென்னைப் புத்தகச் சந்தை இந்தியப் புத்தகச் சூழலில் ஒரு முக்கிய நிகழ்வாக வளர்ந்துள்ளது. இன்னும் பலவும் சொல்லலாம்.

2. தமிழ்ப் பதிப்புலகில் நிலவிய ஒருவிதமான நம்பிக்கையற்ற தன்மையை உடைத்துத் தரமான நூல்கள், சிறந்த உருவாக்கம் ஆகியவற்றுக்கு மதிப்புள்ளது என்று காட்டியிருக்கிறீர்கள். இந்த நிகழ்வு எப்படி நடந்தது? இது தொடர்பான சுவாரசியமான சில சம்பவங்களைப் பகிர்ந்துகொள்ளுங்கள்.

இதுபோன்ற மாற்றங்கள் ஒரு நிறுவனத்தாலோ ஒரு தனிநபராலோ ஏற்படுவதில்லை. தரமான நூல்களை சக்தி, வாசகர் வட்டம், க்ரியா, அன்னம் போன்ற பல பதிப்பகங்கள் ஏற்கெனவே வெளியிட்டிருந்தன. இத்தாக்கம் காலச்சுவடுக்குப் பிறகு இன்னும் பரவலானது. தரமான பதிப்பகம் நடத்துவது ஒரு தியாகச் செயல்பாடாக இருந்த நிலை மாறியுள்ளது. வியாபாரி என்பதை ஒரு வசைச்சொல்லாக மாற்றி, அதை எனக்கு முத்திரையாகக் குத்தி ஓரங்கட்ட முயற்சிகள் நடந்தன. தொழில்திறனுடன் செயல்படுவதற்கான பதக்கமாக அதை

எடுத்துக்கொண்டேன். வெகுஜன நூல்களை வெளியிடாமல் காலச்சுவடு நிலைபெற்றது, வளர்ந்தது என்பது முக்கியமான முன்னுதாரணமாக அமைந்தது.

தமிழ் நூல்களைக் கையில் வைத்திருக்க வாசகர் இப்போது வெட்கப்படும் நிலையில் நூல் தயாரிப்பு இல்லை என்பது முக்கியமான மாற்றம். நல்ல தயாரிப்பு முக்கியமில்லை, உள்ளடக்கத்திற்கு மதிப்பில்லை, குறைந்த விலை மட்டுமே விற்பனையைத் தரும் என்பது ஒரு பக்க நம்பிக்கையாக இருந்தது. மறுபக்கம் வாசகரைக் கருத வேண்டியதில்லை; உலகத் தரத்தில் நூலைத் தயாரித்து உயர்ந்த விலை வைத்துத் தகுந்த வாசகர் தேடிவரக் காத்திருக்க வேண்டும் என்ற அணுகுமுறையும் இருந்தது. நூல் மலிவான பொருள் அல்ல. உலகத்தரம், வாங்கும் சக்திக்கு அப்பால் நூல்விலையைக் கொண்டு நிறுத்தும். இது தமிழ்ச்சூழலின் அவலம் பற்றிய புலம்பல் தழைக்கவே வழிவகுக்கும். நல்ல தயாரிப்பு, அதற்குரிய விலை, வாசகரை ஈர்க்கும் திட்டங்கள், வாசகர் நம்மைத் தேடி வரக் காத்திராமல் வாசகரைத் தேடிச் செல்லும் வேகமான சந்தைப்படுத்தல் என்று செயல்பட்டது காலச்சுவடு. விபிபியில் நூல்களை எங்கள் செலவில் அனுப்புவதாக அறிவித்தோம். அந்த ஒரு வழிமுறையில் மட்டும் ஆண்டுக்கு ஒரு லட்சத்திற்கு நூல் விற்பனையாகிறது.

எல்லாவற்றிலும் சுவாரசியம் தேட வேண்டாம் என்று நினைக்கிறேன். சுவாரசியம் இருக்கவுமில்லை. ஆர்வம் இருந்தது; மன நிறைவு இருந்தது; சோர்வு இருந்தது; அனுபவம் இருந்தது; நெருக்கடி இருந்தது; மானம் இருந்தது; அவமானமும் இருந்தது.

நம்பிக்கையற்ற நிலையிலிருந்து ஊக்கம் தரும் நிலைக்கு எல்லோரும் விரும்பிப் பயணிப்பார்கள் என்று தோன்றும். உண்மை அதுவல்ல. தமிழ்ச் சூழலின் அவலம் பற்றிய புலம்பலில் இருக்கும் இன்பம் அலாதியானது. நிலைமையை மேம்படுத்திப் புலம்பும் இன்பத்தைப் பறித்தவர்களைச் சிலர் மன்னிக்கவே மாட்டார்கள். தமிழ்ச் சூழலைப் பற்றி புலம்பும் வாய்ப்பைக் காலச்சுவடு குறைத்தது என்பது பெரிய அளவுக்கு வருத்தத்தையும் வெறுப்பையும் எங்களுக்குப் பெற்றுத்தந்தது. இதன் காரணமாக சில உறவுகளை இழந்துள்ளோம்.

ஒரு பொது அரங்கில் ஆளுமை ஒருவர் தன்னிடம் அரிய பல ஆவணங்கள் இருப்பதாகவும், தன்னால் அதை இந்த அவலமான தமிழ் சூழலில் வெளியிட அவசியமான பணத்தைப் புரட்ட முடியவில்லை என்றும் ஆவேசமாகப் பேசினார். இது பல ஆண்டுகளாக அவர் பேசிவந்த விஷயம். நான் எழுந்து

ஆவணங்களைப் பதிப்பாசிரியராக இருந்து தயார்செய்யுங்கள், வெளியிடும் பொறுப்பை நான் எடுத்துக்கொள்கிறேன். அது காலச்சுவடு வழிதான் வெளிவர வேண்டும் என்ற நிபந்தனை இல்லை என்று சொன்னேன். பதினைந்து ஆண்டுகள் கடந்துவிட்டன. அதன் பிறகு எந்தப் பேச்சும் இல்லை. அந்த ஆவணப் பொக்கிஷத்திலிருந்து ஒரு தாள்கூட இதுவரை வெளிவரவில்லை. ஆனால் உறவு முறிந்துவிட்டது.

3. உங்கள் பதிப்பகத்தில் அதிக உழைப்பைக் கோரி, அதன் பின்னர் வெளியாகி வெற்றிபெற்ற நூல்கள் சிலவற்றைப் பற்றி?

ஆரம்ப கட்டத்தில் வெளிவந்த மூன்று நூல்கள் பற்றிச் சொல்லலாம். மொத்தத்தில் பல நூல்கள் கடும் உழைப்பால் உருவானவை.

1. ஜி. நாகராஜன் படைப்புகள்(1997). நாகராஜன் படைப்புகளைத் தொகுக்கப் பலரும் உதவினார்கள். முழுவிபரங்கள் பதிப்பாசிரியர் சி. மோகன் முன்னுரையில் உள்ளது. நல்ல வரவேற்பைப் பெற்றது. பின்னர் கிடைத்த ஜி. நாகராஜனின் பல தமிழ் ஆக்கங்களையும் ஆங்கில எழுத்துகளையும் சேர்த்து மேம்படுத்தி ஜி. நாகராஜன் ஆக்கங்கள் (2007) என்னும் தொகுப்பை ராஜமார்த்தாண்டன் பதிப்பித்து வெளியிட்டோம். இதுபோன்ற பணிகளுக்கு முடிவில்லை. தொகுக்கப்படாத சு.ரா.வின் படைப்புகள்கூட அவ்வப்போது கிடைத்துவருகின்றன.

2. அன்னை இட்ட தீ, புதுமைப்பித்தனின் தொகுக்கப்படாத படைப்புகளில் தொகுப்பு (1998). இந்நூலும் பலரது ஒத்துழைப்புடன் ஆ. இரா. வேங்கடாசலபதியால் பதிப்பிக்கப்பட்டது. இதில் உதவியவர்களுக்கும் பங்களித்தவர்களுக்கும் நன்றி அறிவிக்கச் சலபதி முன்னுரையில் ஐந்தாறு பக்கங்கள் எடுத்துக்கொண்டுள்ளார். இந்நூல் மிக வேகமாக விற்பனையானாலும் புதுமைப்பித்தன் முழுப் படைப்புகளையும் தொகுத்து வெளியிடும் பணியைத் தொடங்கியதால் மறுபதிப்பு வெளியிடாமல் நிறுத்திவிட்டோம்.

மேற்படி இரண்டு நூல்களுமே விற்பனையைத் தாண்டிக் காலச்சுவடு பதிப்பகத்திற்குத் தனித்துவமான அடையாளத்தை ஏற்படுத்தின. ஓர் எழுத்தாளரின் படைப்புகளைத் தேடியெடுத்துத் தொகுத்து முழுமையாக வெளியிடும் பணிக்கு இவை முன்னோடி முயற்சிகள்.

3. சீன மொழி: ஒரு அறிமுகம். (2004)

பயணியின் இந்த முயற்சி அதுவரை வெளிவந்த காலச்சுவடு நூல்களில் தனித்துவமானது. அயலுறவுத் துறையில் பணியாற்றும் பயணி பெய்ஜிங்கில் பணியாற்றும் வாய்ப்பைப் பயன்படுத்திச் சீன மொழியைக் கற்றார். தமிழ்வழி சீன மொழியைக் கற்கவும் அறியவும் ஏதுவாக இந்நூலை உருவாக்கினார். (உண்மையில் இத்தகைய நூலை சிங்கப்பூர்/ மலேசியத் தமிழர் உருவாக்கியிருக்க வேண்டும்). சிறிய நூல்தான் எனினும் இந்நூல் பிரதியைத் தயாரிக்கப் பயணி பெரிய உழைப்பைச் செலுத்தினார். இந்நூலை வடிவமைக்கப் பயணியும் காலச்சுவடும் இணைந்து கடுமையான முயற்சிகளை மேற்கொண்டோம். சீன எழுத்துக்களையும் ஒலி வடிவ அமைப்புகளையும் உள்ளடக்குவது அன்று பெரும் சவாலாகவே இருந்தது.

பின்னர் காலச்சுவடு வெளியிட்ட பல மொழி/ இலக்கணம் நூல்களுக்கு இந்நூல் ஒரு முன்னோடியாக அமைந்தது.

4. புனைவு இலக்கியத்துக்கான வரவேற்பு தமிழ் வாசகர்களிடம் எப்படி உள்ளது? கட்டுரை நூல்களுக்கு வரவேற்பு அதிகமா?

இது பதிப்பகத்திற்குப் பதிப்பகம் வேறுபடும் என்று நினைக்கிறேன். ஒவ்வொரு பதிப்பகத்தின் சிறப்பம்சமும் என்ன என்பதுபற்றி வாசகருக்கு ஒரு கணிப்பு உள்ளது. அதனடிப்படையிலேயே அவர்கள் நூல்களைத் தேர்வு செய்கிறார்கள். காலச்சுவடைப் பொறுத்தவரை புனைவுகள், கட்டுரை இலக்கியம், ஆய்வுகள் நல்ல கவனம் பெறுகின்றன.

5. பிஓடி எனப்படும் தொழில்நுட்பம் புழக்கத்துக்கு வந்து சில ஆண்டுகள் ஆகிவிட்ட நிலையில் அது பற்றிய உங்கள் கருத்து?

ஜெர்மனியில் பாத் ஹெர்ஸ்ஹெல்ட் (*Bad Hersfeld*) என்னும் ஊரில் முதல் பிரிண்ட் ஆன் டிமாண்ட் பதிப்பகம் உருவானது. 2007இல் அந்த நிறுவனத்திற்கு ஒரு குழுவாகப் பதிப்பாளர்கள் பலர் சென்றிருந்தோம். ஒரு நூல் அச்சாக அதன் பின்னால் ஓடினோம். 12 நிமிடத்தில் ஒரு பிரதி வந்து விழுந்தது. பெரும் அதிசயமாக இருந்தது.

ஜெர்மனியில் நூல் விநியோகம் சிறப்பாக ஒழுங்கு படுத்தப்பட்டுள்ளது. ஒவ்வொரு ஊரிலும் புத்தகக் கடைகள் உள்ளன. ஒரு வாசகர் ஜெர்மனியின் ஒரு மூலையிலிருக்கும் கடைக்குச் சென்று நூல்களை வேண்டுகிறார். அவற்றில் சில கையிருப்பில் இல்லையென்று கொள்வோம். கடைக்காரர் நாளைக்

காலை ஒன்பது மணிக்கு வாருங்கள் என்று பதிலளிக்கிறார். பின்னர், ஒரு பத்துப் பதினைந்து புத்தகங்களுக்கான ஆர்டரை விநியோகிப்பாளருக்கு அனுப்புகிறார். (பதிப்பாளர்கள் நூல்களை நேரடியாக விநியோகிப்பதில்லை.) ஆர்டர் மாலை ஏழு மணிக்கு விநியோகிப்பாளருக்கு மின்னஞ்சலில் வருகிறது. பாத் ஹெர்ஷேல்டு ஊரில் ஒரு பெரிய தொழிற்சாலைபோல இருந்த நூல் விநியோக நிறுவனத்திற்கும் சென்றிருந்தோம். ஏழு மணிக்கு வரும் ஆர்டருடன் நள்ளிரவில் ஒரு சரக்கு வண்டி கிளம்பிவிடும். பாத் ஹெர்ஸ்ஹெல்ட் ஜெர்மனியின் மையத்தில் உள்ளது. நாட்டின் எந்தவொரு மூலையையும் நான்கு மணிநேரத்தில் நெடுஞ்சாலைகள் வழி எட்டிவிட முடியும். அதிகாலையில் நூல்கட்டு கடை வாசலில் விழுந்துவிடும்.

இப்போது தமக்கு வரும் ஆர்டரில் குறிப்பிட்ட சதவீதம் அச்சில் இருப்பதில்லை என்பதை விநியோகிக்கும் நிறுவனம் கவனிக்கிறது. விற்பனை குறைந்ததும் பதிப்பாளர்கள் அச்சிடுவதை நிறுத்திவிடுகிறார்கள். ஆனால் குறைந்த எண்ணிக்கையில் வாசகர்கள் அந்த நூல்களைத் தொடர்ந்து தேடுகிறார்கள். இந்தப் பிரச்சனைக்கு விடையாக அவர்கள் *Print on Demand* முறையைத் தொடங்குகிறார்கள். அதற்கான அச்சு இயந்திரத்தையும் உருவாக்குகிறார்கள். பதிப்பாளர்களிடமிருந்து மென் பிரதியை வாங்கிச் சேமிக்கிறார்கள். அவற்றை இணையத்தில் பட்டியலாக வெளியிடுகிறார்கள். ஒரு நூலுக்கு ஆர்டர் வந்ததும் ஒரு நூலை அச்சடித்து அனுப்பிவிடுவார்கள். பதிப்பாளருக்கு வருமானத்தில் குறிப்பிட்ட சதவீதத்தைக் கொடுக்கிறார்கள். இப்போது எல்லா நூல்களுமே வாசகருக்குக் கிடைக்கக்கூடியதாக இருக்கின்றன. ஒரு நூல் கையிருப்பில் இருக்க வேண்டிய அவசியம் இல்லை. நூலின் ஒரு பிரதியை அச்சிட்டு வாசகருக்கு அனுப்பிவிட முடிகிறது.

ஒரு சூழலில் ஒரு காரணத்திற்காக உருவான தொழில்நுட்பம் வேறு பல சூழல்களில் தேவைக்கேற்பப் பயன்படுவது இயல்பு. தமிழகத்தில் விநியோகிப்பாளர்கள் இல்லை. புத்தகக் கடைகள் குறைவு. பல முக்கியமான நூல்கள் அதிக எண்ணிக்கையில் விற்பனையாவதில்லை; ஆனால் தேவை உள்ளது. பதிப்புத் தொழிலுக்கு வருபவர்கள் பெரிய முதலீட்டுடன் வருவதில்லை. எந்த நூல் விற்பனையாகும் என்பதை முன்னுணர முடிவதில்லை. அதிகம் விற்பனையாகாவிட்டாலும் இளம் படைப்பாளிகளுக்குப் பிரசுர வாய்ப்பை உருவாக்க வேண்டிய கடப்பாட்டைப் பதிப்பாளர்கள் உணர்கிறார்கள். இப்படிப் பல காரணங்களால் தமிழ்ச் சூழலில் பிஓடி தழைக்கிறது.

இரண்டு முக்கியமான எதிர்மறை அம்சங்களும் தென்படுகின்றன. எழுத்தாளரிடம் பணம் வாங்கி நூல் வெளியிடும் பதிப்பாளர்கள் எழுத்தாளர்களை ஏமாற்ற விரும்பினால் இது சிறந்த வழி. ஐந்நூறு பிரதிகள் தயாரிப்பதாகச் சொல்லிப் பணம் வாங்கிவிட்டு ஐம்பது பிரதிகள் மட்டும் அச்சிட்டு ஏமாற்றிவிடலாம்.

நூலக முறைகேடுகளுக்கு இது ஏதுவான தொழில்நுட்பம். வெளியிடாத நூல்களை வெளியிட்டதுபோல நூலகத்துறைக்குக் காட்டிக்கொண்டு நூலக ஆர்டருக்கு விண்ணப்பிக்க பிஓடி வழிசெய்கிறது. சந்தைக்கு வராத, சந்தைப்படுத்தவே முடியாத நூல்கள் இன்று நூலகங்களை நிறைத்திருப்பதற்கு முக்கியக் காரணம் பிஓடி தொழில்நுட்பம்தான்.

தொழில்நுட்பங்கள் வாய்ப்புகளை ஏற்படுத்துகின்றன. அதை எப்படிப் பயன்படுத்துவது என்பது நம் கையில்தான்.

6. காலச்சுவடில் மிக அதிகமாக விற்பனை ஆன நூல்களில்; முதல் ஐந்தைச் சொல்ல முடியுமா?

1. சுந்தர ராமசாமியின் 'ஒரு புளியமரத்தின் கதை'. ஒவ்வோர் ஆண்டும் இரண்டு பதிப்புகள் வெளிவருகின்றன. விற்பனையில் முதல் ஐந்து இடத்தில் தொடர்ந்து இடம்பெறுகிறது.

2. பெருமாள் முருகனின் 'மாதொருபாகன்'. வெளிவந்த ஆண்டிலேயே (2010) ஒரு பதிப்பு சென்னைப் புத்தகச் சந்தையில் விற்றுத்தீர்ந்தது. கடந்த சில ஆண்டுகளாக வேறு எந்த ஒரு தமிழ் நூலைவிடவும் சென்னைப் புத்தகச் சந்தையிலும் அதற்கு அப்பாலும் விற்பனையாகிறது. (ஊடகங்களில் இதன் விற்பனை, அரசியல் காரணங்களுக்காக இருட்டடிப்புச் செய்யப்படுகிறது).

3. சி.சு. செல்லப்பாவின் 'வாடிவாசல்'. 1959 செல்லப்பா வெளியிட்ட பின்னர் முதல்முறையாகத் தனி நூலாகக் காலச்சுவடு 2003இல் வெளியிட்டது. இதிலிருந்து ஒவ்வோர் ஆண்டும் இரண்டு அல்லது மூன்று மறுபதிப்புகள் வெளியாகின்றன.

4. தொ. பரமசிவனின் 'பண்பாட்டு அசைவுகள்' (2001). இந்நூல் மட்டுமல்ல இதைத் தொடர்ந்து காலச்சுவடு வெளியிட்டுவரும் தொ.பா.வின் நூல்கள் அனைத்துமே விற்பனையில் முன்னணியில் உள்ளன.

5. தகழி சிவசங்கரப் பிள்ளையின் 'தோட்டியின் மகன்' (மொழிபெயர்ப்பு சுந்தர ராமசாமி – 2000) சு.ரா. ஒரு

நாள் பேச்சுவாக்கில் இப்பணியை மேற்கொண்டதையும் *சரஸ்வதியில்* தொடராக வெளிவந்ததையும் தெரிவித்தார். மொழிபெயர்ப்புப் பணி முழுமைபெறவில்லை என்ற எண்ணத்தில் இருந்தார். புதுக்கோட்டை கிருஷ்ணமூர்த்தி நூலகத்திற்குச் சென்று நான் பார்த்தபோது மொழிபெயர்ப்பு முழுமை பெற்றிருப்பது தெரிந்தது. ஆனால் அங்கு ஒரு இதழ் மட்டும் இருக்கவில்லை. பின்னர் மதுரை கர்ணனிடம் இருப்பது தெரிந்து அதையும் பெற்று நூலாக வெளியிட்டோம். 1951/52இல் மொழிபெயர்க்கப்பட்டு, 1958/59இல் *சரஸ்வதியில்* வெளிவந்த தொடரை, அதிலும் ஆசிரியர் தகழி – மொழிபெயர்ப்பாளர் சு.ரா. இடதுசாரிகளுக்கு உவப்பான ஒரு நாவலை, நாற்பது ஆண்டுகளுக்குப் பிறகு வெளியிடும் வாய்ப்பு வேறு எந்த மொழியிலும் ஒரு பதிப்பகத்திற்குக் கிடைத்திருக்காது. இதுவரை பதினைந்து பதிப்புகள் வெளிவந்துவிட்டன.

7. உங்கள் புத்தகங்களின் அட்டை, உள்ளடக்கம், வடிவமைப்பு ஆகியவற்றில் மிகுந்த கவனம் செலுத்துகிறீர்கள். இதில் பங்களிக்கும் ஓவியர்கள், வடிவமைப்பாளர்கள் குழு பற்றிச் சொல்ல முடியுமா?

நூல் அட்டையும் ஒரு படைப்பு. நூலின் இன்றியமையாத ஒரு பகுதி. ஓவியக் கலைஞர்களும் வடிவமைப்புக் கலைஞர்களும் இணைந்து நூலுருவாக்கத்தில் செயல்பட வேண்டும். இந்த எண்ணமும் செயலும் சிறுபத்திரிகை மரபில் இருந்தன. காலச்சுவடு இந்த நம்பிக்கையை முன்னெடுத்தது. பல்வேறு காலங்களில் பலப் பல ஓவியர்கள் இணைந்து பணியாற்றியுள்ளார்கள். தனியாகக் குழு என்று இருந்ததில்லை. கைக்கெட்டிய எந்த வாய்ப்பையும் தவறவிடவில்லை. மூத்த ஓவியக் கலைஞர்களுடனும் பணியாற்றினோம்; புதியவர்களையும் உருவாக்கினோம். தமிழகச் சூழலுக்கு அப்பாலும் சில கலைஞர்களுடன் இணைந்து பணியாற்றியிருக்கிறோம்.

8. சர்வதேசப் புத்தகக் கண்காட்சிகளில் கலந்துகொள்ளும் தமிழ்ப் பதிப்பாளர் என்கிற வகையில் உங்கள் அனுபவங்களைப் பகிர்ந்துகொள்ளுங்கள்.

முக்கியமாக பிராங்பர்ட், லண்டன், பாரிஸ் புத்தகச் சந்தைகளில் கலந்துகொண்டிருக்கிறேன். பிராங்பர்ட் புத்தகச் சந்தையில் தொடர்ந்து பன்னிரண்டு ஆண்டுகளாகக் கலந்துகொள்கிறேன். புதிய அனுபவங்களும் வாய்ப்புகளும் ஏற்படுகின்றன. அவற்றை நம் சூழலுக்குப் பொருத்திப் பார்த்து உள்வாங்கிக்கொள்வதும் செயல்படுவதும் முக்கியம். காலச்சுவடைப் பொறுத்தவரை இந்த

அனுபவங்கள் அடிப்படையான மாற்றங்களை ஏற்படுத்தியுள்ளன. உலக இலக்கியங்களைத் தமிழுக்குக் கொண்டுவரவும் தமிழ் இலக்கியத்தை உலக மொழிகளுக்குக் கொண்டுசெல்லவும் சர்வதேசப் புத்தகக் கண்காட்சிகள் இன்றியமையாதவையாக உள்ளன. இன்று இந்தியாவில் பொது நூல்களை வெளியிடும் வேறு எந்த ஒரு இந்திய மொழிப் பதிப்பகத்தைவிடவும் காலச்சுவடு உலகச் சந்தையில் வேகமாகச் செயல்படுகிறது என்பது ஒரு தகவல்; சுய தம்பட்டம் அல்ல. இவ்விஷயத்தில் இந்திய மொழிப் பதிப்பகங்களை மட்டுமல்ல, பெரும்பாலான ஆங்கிலப் பதிப்பகங்களைவிடவும் காலச்சுவடு ஊக்கத்துடன் செயல்படுகிறது.

அந்திமழை நேர்காணலின் முழு வடிவம், ஜூன் 2019

நேர்காணல்

தமிழக அரசின் விருதைப் பற்றி நாம் பேசுவதே இல்லை!

சந்திப்பு: என். சுவாமிநாதன்

பிரெஞ்சு அரசிடமிருந்து இவ்வளவு பெரிய அங்கீகாரம் கிடைக்கும் என எதிர்பார்த்தீர்களா?

பிரெஞ்சு அரசிடமிருந்து மட்டுமல்ல. பதிப்பாளர் என்னும் முறையில் எந்த அங்கீகாரமும் கிடைக்கும் என்ற எதிர்பார்ப்பு எனக்கு இருந்ததில்லை. ஒரு பதிப்பாளரின் பணிக்கு அனேக விருதுகள் இருப்பதாகவும் எனக்குத் தெரியவில்லை. கோவாவில் இருக்கும் 'பப்ளிஷிங் நெஸ்ட்' என்ற அமைப்பு ஆண்டுதோறும் பதிப்புத் துறை சார்ந்து விருதுகளை வழங்கிவருகின்றனர். அதற்குச் சன்மானம் கிடையாது என்றாலும் தேர்ந்த தேர்வுக் குழுவினர் மூலமாகத் தேர்வு செய்வார்கள் என்பதால் அந்த விருதுக்குப் பெரிய அளவில் மரியாதை உண்டு. இந்தியாவின் சிறந்த பதிப்பகம் என அவர்கள் வழங்கும் விருதைக் காலச்சுவடு 2018இல் பெற்றது. அதற்கு முன்பும் பின்பும் அந்த விருதைப் பெற்றவர்கள் அனைவருமே பன்னாட்டு ஆங்கிலப் பதிப்பாளர்கள்.

அதைத் தாண்டிப் பதிப்பாளர்களுக்கு உலக அளவிலேயே பெரிய விருதுகள் இருப்பதாக நான் நினைக்கவில்லை. அப்படியே இருந்தாலும் அது ஒரு தமிழ்ப் பதிப்பாளரை நோக்கி வரும் என்று நான் எண்ணியதும் இல்லை. செவாலியே விருதை எனக்கு முன்பாக மூன்று இந்திய, ஆங்கிலப் பதிப்பாளர்களுக்குக் கொடுத்திருக்கிறார்கள் என்பதை எனக்கு விருது கொடுத்த பின்புதான் தெரிந்துகொண்டேன்.

நாங்கள் குடும்பமாகத் திருவட்டாறு ஆதிகேசவப் பெருமாள் கோயிலுக்குச் சென்றுகொண்டிருந்தோம். பேராசிரியர் அ.கா. பெருமாளும் உடனிருந்தார். யதேச்சையாக செல்போனை எடுத்துப் பார்த்தபோது மின்னஞ்சல் வந்திருந்தது. நான் முதலில் அதை செவாலியே விருது எனவும் புரிந்துகொள்ளவில்லை. ஏதோ ஒருவகையில் கௌரவம் செய்வதாக மட்டுமே என் குடும்பத்தினரிடம் பகிர்ந்துகொண்டேன்.

சிறிது நேரத்தில் வரிசையாக நண்பர்கள் அழைப்பதும், பாராட்டுவதுமாக இருந்தது. அதன் பின்புதான் செவாலியே விருது எனத் தெரிந்துகொண்டேன். தேர்வு விதிமுறைகள்கூட எனக்குத் தெரியாத நிலையில் அவர்களே என் பணிகளைக் கவனித்து இப்படியொரு விருதைக் கொடுத்திருப்பது நல்ல கௌரவமாகப்பட்டது.

தென்னிந்தியாவில் முதன்முறையாகத் தமிழ்ப் பதிப்பாளருக்கு இவ்விருது கிடைத்திருப்பது மகிழ்ச்சி. இந்த விருது இத்தனை புகழ்வாய்ந்ததாகக் கருதப்படுவதற்கு நடிகர் சிவாஜி கணேசனுக்குத்தான் நன்றி சொல்ல வேண்டும். அவர் இல்லையென்றால் இந்த விருது இத்தனை பரந்துபட்ட தளத்தில் போய்ச் சேர்ந்திருக்காது. வாழ்த்துச் சொல்பவர்களில் சிலர்கூட செவாலியே சிவாஜி விருதுக்கு வாழ்த்துகள் எனச் சொல்கிறார்கள்.

இலக்கிய உலகிலும் இது பெரும் கொண்டாட்டத்தை ஏற்படுத்தியிருப்பதைக் கவனித்தீர்களா?

எனக்குத் தெரிந்த இலக்கிய வட்டத்தில் தொடர்பு கொள்ளாதவர்களே இல்லை என்றே நினைக்கிறேன். பதிப்பாளருக்குத்தான் இது முதல் முறையே தவிர, தமிழருக்குக் கிடைத்த முதல் விருது அல்ல. பிரெஞ்சு, இந்தியப் பதிப்புத் துறையை நெருக்கமாகக் கொண்டுவந்ததற்காகவும் பரஸ்பரம்

ஒத்துழைப்பை ஏற்படுத்தியதற்காகவும் இந்த விருது எனக் குறிப்பிட்டிருக்கிறார்கள். எனக்கு பிரெஞ்சு பதிப்புத் துறையோடு 15 ஆண்டுகால உறவு இருக்கிறது. அதைச் சார்ந்து பல பணிகள் நடந்திருக்கின்றன. எனக்குத் தெரிந்தவரை எந்த இந்திய மொழியிலும், பத்து, பன்னிரண்டு ஆண்டுக்குள் 15 பிரெஞ்சு நூல்களை வெளியிட்ட பதிப்பாளர்கள் இல்லை. இதேபோல் சில தமிழ்ப் படைப்புகளையும் பிரெஞ்சுக்குக் கொண்டுசென்றுள்ளோம்.

எங்களின் செயல்பாட்டுக்குப் பின்னால் இருப்பது சுந்தர ராமசாமி கண்ட கனவு. அந்தக் கனவின் இன்னொரு சாதனை என இதை எடுத்துக்கொள்ளலாம். அவரது பங்களிப்புக்கு அவருக்கு இதுபோன்ற பன்னாட்டு விருது மட்டுமல்ல, தமிழ்ச் சமூகம் சார்ந்தும் எந்த விருதும் கிடைக்கவில்லை. டெல்லியில் ஒரு அமைப்பும் இலங்கைத் தமிழர்கள் இயல் விருதும் கொடுத்தார்கள். தமிழக அரசோ, தமிழ்ச் சமூகமோ அவரைக் கண்டுகொள்ளவில்லை. அது நடக்கவில்லை என்ற வருத்தத்தை மறந்துவிட முடியாது. அதேசமயம், இன்றைய காலகட்டத்தில் முக்கியமான படைப்பாளிகளை வாசகர்களிடம் கொண்டுசேர்த்துச் சமூகம் அவர்களைக் கண்டுகொள்ள வேண்டிய நிர்பந்தத்தை ஏற்படுத்தும் பணியைக் காலச்சுவடு செய்வதில் மகிழ்ச்சி!

பொறியியல் பட்டதாரியான நீங்கள் உங்கள் அப்பா தொடங்கிய காலச்சுவடு என்னும் இலக்கியப் பணியை எப்படி சுமந்தீர்கள்?

காலச்சுவடை அப்பா நடத்தும்போது நான் கல்லூரியில் படித்துக்கொண்டிருந்தேன். காலச்சுவடைப் பொறுத்தவரை சிறுபத்திரிகை மரபில் தமிழில் வந்த சத்தான கடைசிக் கண்ணி என்று சொல்லலாம். அதன் பின் பல்வேறு முயற்சிகள் நடந்திருக்கின்றன. அதை மறுக்க முடியாது. ஆனால், பெருமுயற்சியாகக் கடைசியாக வந்த பத்திரிகை சு.ரா.வின் காலச்சுவடு என்று சொல்லலாம். நான் பத்திரிகை நடத்த வேண்டும் என விரும்பித் தொடங்கியபோது என்னுடைய கனவு சிறுபத்திரிகை நடத்துவது அல்ல. இதைத் தலையங்கத்திலேயே எழுதினோம். சிறுபத்திரிகை என்னும் வார்த்தையைத் தவிர்த்து, இதைத் தீவிர இதழ் என்றே ஆரம்பத்திலிருந்தே குறிப்பிட்டுவந்திருக்கிறோம். சிறுபத்திரிகையின் வரையறைக்குள் இதன் உள்ளடக்கம் எப்போதுமே இருந்ததில்லை.

பொறியியல் துறையைவிடப் பத்திரிகைத் துறையில் எனக்கு ஆர்வம் அதிகம். நான் படித்த காலத்தில் பத்திரிகைத் துறை சார்ந்த படிப்புகளை அறிந்திருக்கவில்லை. கலை அறிவியல் கல்லூரி, அதைவிட்டால் மருத்துவம், பொறியியல் என்னும் காலகட்டம் அது. ஆனால், பிரிட்டிஷ் கவுன்சில் போன்ற இடங்களுக்குச் சென்று எல்லாப் பத்திரிகைகளையும் படித்து, வாசிப்பின் வழியாகப் பத்திரிகைக்கான சட்டகத்தை உருவாக்கினேன்.

சென்னை போன்ற பெருநகரங்களில்தான் பெரும்பான்மையான பதிப்பகங்கள் இருக்கின்றன. கடைக்கோடி நாகர்கோவிலில் இருந்துகொண்டு காலச்சுவடைக் கவனிக்கவைத்தது எப்படி?

அதற்குக் காரணம், தொழில்நுட்பம்தான். இதே காலச்சுவடு 1980களில் வருவதாக இருந்தால் ஒரு பத்திரிகையை வேண்டுமானால் கொண்டுவந்திருக்கலாம். பதிப்பகம் என யோசிக்கும்போது அது சிக்கலையோ, அல்லது வெவ்வேறு ஏற்பாடுகள் செய்ய வேண்டிய சூழலையோ ஏற்படுத்தியிருக்கும். எனக்குப் பெருநகருக்குள் சென்று வாழும் விருப்பம் எப்போதுமே இருந்ததில்லை. நான் பயணிப்பதைப் பெரிதும் விரும்புபவன். மாதந்தோறும் காலச்சுவடுக்காகச் சென்னை சென்றபோதுகூட எனக்கு அது சோர்வைத் தந்ததில்லை. எங்கே பயணித்தாலும் அடித்தளம் நாகர்கோவில் என்பதில் உறுதியாக இருந்தேன். அதைத் தாண்டி வேறு திட்டம் இல்லை.

கணினி, டிடிபி, ஆப்செட் தொழில்நுட்பங்கள் 90களிலேயே வரத் தொடங்கிவிட்டதால் இங்கிருந்தே பணி செய்யும் வாய்ப்பு சாத்தியமானது. தொலைபேசிப் புரட்சியிலிருந்து இணையப் புரட்சிவரை உள்ளூரையே உலகம் ஆக்கிவிட்டது.

முதல்வர் வாழ்த்துப் பதிவிட்டிருந்தார்... அமைச்சர் மனோ தங்கராஜ் நேரில் வந்தே வாழ்த்தினார். இலக்கியம் தமிழகத்தில் தழைக்கிறது போலிருக்கிறதே?

அரசியல் இலக்கியப் பண்பாட்டு மரபில் இந்தக் காலகட்டத்திற்கு முன் எப்போதும் இலக்கியவாதிகளுக்கும் அரசியல்வாதிகளுக்கும் இடையே பெரிய தொடர்பு இருந்ததே இல்லை. தமிழின் மிக முக்கிய எழுத்தாளர்கள் யாருமே தமிழக அரசின் விருதைப் பெற்றிருப்பதாக எனக்குத் தெரியவில்லை. நாம் மீண்டும் மீண்டும் சாகித்ய அகாதெமி, ஞானபீட விருது தொடர்பிலேயே கேள்வி எழுப்புகிறோம். தமிழக அரசின்

விருதைப் பற்றி நாம் பேசுவதே இல்லை. அந்த எதிர்பார்ப்புக்கூட இல்லாமல் இருந்த சூழலில் ஒரு மாற்றம் தெரிகிறது. முதல்வர் மு.க. ஸ்டாலின் படைப்பாளிகள் முக்கிய விருதுகள் பெறும்போது வாழ்த்துவதை நான் வரவேற்கிறேன். இந்த விருதுக்காகவும் முதல்வர் வாழ்த்துவார் என எதிர்பார்க்கவே இல்லை. அதுவும் இன்ப அதிர்ச்சியாகவே இருந்தது. முதல்வர் வாழ்த்தியதால் இந்த விஷயம் பெரிய வட்டத்திற்குச் சென்றது. அதற்காக முதல்வருக்கு நன்றி!

அமைச்சர் மனோ தங்கராஜ் அரசியலுக்கு அப்பாற்பட்டு என் 15 ஆண்டுகால நண்பர். அதனால் அவர் வந்து வாழ்த்துவதென்பது இயல்பான விஷயம். இவற்றையெல்லாம் இலக்கியத்திற்கும் அரசியலுக்கும் இடையே ஏற்படும் புதிய நெருக்கமாகவே பார்க்கிறேன்.

இந்தத் தலைமுறையில் வாசிப்புப் பழக்கம் குறைந்துவிட்டதாகக் கூறப்படுவதை எப்படிப் பார்க்கிறீர்கள்?

இது மறுக்க வேண்டியது மட்டுமல்ல. அப்படிச் சொல்பவர்களைக் கண்டிக்கவும் வேண்டும். நம் கண்முன்னே சென்னைப் புத்தகச் சந்தை மிகப் பெரிய வெற்றிபெறுகிறது. அனைத்து மாவட்டங்களிலும் அரசே புத்தகச் சந்தையைக் கொண்டுசெல்கிறது. இந்தச் சந்தைகள் முதியோர்களையோ, ஓய்வுபெற்றவர்களையோ நம்பி நடப்பதில்லை. இன்றைய தலைமுறையிடம் வாசிப்புப் பழக்கம் போதுமான அளவுக்கு இல்லை எனச் சொல்வது வேண்டுமானால் நியாயமாக இருக்கலாம். வாசிப்பதில்லை எனச் சொல்வது சமகாலத்தோடு தொடர்பை இழந்தவர்களின் புலம்பல் என்றுதான் சொல்வேன். அது ஒதுக்கப்பட வேண்டியது.

வாசிப்புப் பழக்கம் சற்றே குறைவாக இருப்பதற்குக் காரணம் இளைஞர்கள் அல்ல. நம் கல்வி முறைதான். கல்விக்கு அப்பாற்பட்ட புத்தகங்களை மாணவர்கள் வாசிக்க வேண்டும் என்னும் கருத்தைப் பெற்றோர்களும், கல்வி முறையும் ஏற்படுத்துவதில்லை. முழுக் கவனமும் படிப்பில் இருப்பதுதான் காரணம்.

புத்தகம் என்பது ஒரு சாதனம். அச்சு என்பது ஒரு காலகட்டத்தில் உருவான தொழில்நுட்பம். இப்படித்தான் படிக்க வேண்டும் என்று எந்தக் கட்டாயமும் இல்லை.

புத்தகம் என்பது அதன் உள்ளடக்கம். அதன் வடிவம் அல்ல. உள்ளடக்கமே முக்கியம். இப்போது ஒலி வடிவிலும் புத்தகம் வருகிறது. புதுப்புதுத் தொழில்நுட்பங்களைப் பயன்படுத்தி வாசிப்பை ஊக்கப்படுத்துவதே பதிப்பாளரின் பணி.

இந்து தமிழ் திசை / காமதேனு

காலச்சுவடு பப்ளிகேஷன்ஸ் (பி) லிட்.
Published by Kalachuvadu Publications Pvt. Ltd.,
669, K.P. Road, Nagercoil 629001, India
Phone: 91-4652-278525
e-mail: publications@kalachuvadu.com

12/2022/S.No. 1176, kcp 4258, 18.6 (1) ass